# 信不信由你
## 一週開口說越南語

越南語名師　阮蓮香、吳志偉　合著

# 以科學化的學習方式，
# 開創一個輕鬆學習越語的途徑

　　筆者在台灣生活並從事越語教學十餘年，深深覺得台灣與越南不但在歷史文化、民情風俗十分相近，並且在語言上（不管是相對於中文、台語或客語）也有著「書同文、車同軌」的感覺，儘管彼此之間所展現的文字形式（一邊為漢字，一邊為源自拉丁字母的越南國語字）是如此的南轅北轍。舉例來說，越語的「quốc gia」與中文或台語的「國家」，三者的發音實有近似之處，意義也相同，因為越語的「quốc gia」是漢越音，與漢語有著深刻的淵源；又或者，越語的人稱代名詞非常繁雜，但與中國古代的「稱兄道弟」有異曲同工之妙，只是當代漢語簡略為以「你我他」來取代。所以，越語與國、台語的關係可謂十分密切。

　　儘管如此，在筆者這麼久的教學過程中卻發現，對於台灣人來說，越語好像是一種相當艱澀的語言，特別是越語的發音、人稱代名詞、冠詞等等。其實我認為，只要學習者抓住幾個重點與訣竅，越語對台灣學習者而言，將會是非常易學且親切的語言，而且更有助發現中文、台語、客語相關語言詞語中的歷史與深層意義。

　　因此，當瑞蘭國際出版詢問筆者是否有意編寫越語學習書籍，並且提供此套可使學習者循序漸進、掌握重點的科學化編輯方式時，筆者當即欣然接受邀請。期望能經由此一編輯方式，將多年越語教學歷程中所獲取的經驗、心得及見解，提供給所有讀者，開創一個輕鬆學習越語的途徑。此外，也希望能藉由與瑞蘭國際出版合作出版的相關書籍，對台灣越語教學、中台越語

研究、以及台越各方面關係發展有所助益。

在此，筆者要感謝外子吳志偉，在內容、翻譯、校對等各方面，共同編纂此學習書籍；感謝我越南語的學生蔡子培、蔡秉諭、劉昆峰、謝佩吟等同學協助校閱；更特別要感謝母親、公婆和好朋友們在精神與物質上的支持，以及我在天上的父親當初鼓勵我學中文。由於您們，筆者才能專心編纂工作。最後，更要感謝瑞蘭國際出版鼎力協助完成出版，以及各位讀者使用此學習書籍來認識越南語。

這本書將送給我們三個寶貝子女 Ryan、Vivian 與 Vita。

Xin cảm ơn!（謝謝！）

阮蓮香

## STEP 01 　第一天到第三天：學習越南語的字母、發音

**越中雙語 MP3**

看書時可搭配 MP3 學習，培養最標準的越南語發音；越中雙語的 MP3，更可讓你不論散步通勤，只要戴起耳機，就能開始學習！

**發音重點**

標示國際音標之外，更搭配注音符號及台語的類似發音做說明，輔助學習，更快了解發音的重點！

**寫寫看**

學完立刻練習，使用兩種不同的字體，不會只習慣於一種書寫方式！

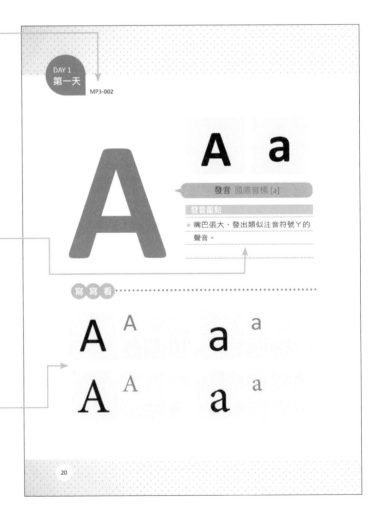

DAY 1
第一天
MP3-002

A　a

發音 國際音標 [a]

發音重點
● 嘴巴張大，發出類似注音符號ㄚ的聲音。

寫寫看

A　A　a　a
A　A　a　a

20

運用本書的第一天到第三天,輕鬆學會越南語字母。越南語的元音、輔音,從單音到多字母,循序漸進、一一掌握!

**詞彙**

每學一個字母,就能一起學習相關單字,還有活潑的插圖,加深學習印象!

> **詞彙**
>
> | | |
> |---|---|
> | ai | 誰 |
> | anh hùng | 英雄 |
> | an khang | 安康 |
> | an toàn | 安全 |

**説説看**

簡單的實用生活例句,立刻就能開口說越南語!

> **説説看**
>
> **Alô, xin cho tôi gặp chị Hương.**
> 喂,我找香姐。(雖是講電話,但越南人仍用 gặp〔見〕這個字眼)

**小小叮嚀**

發音及書寫時需要特別注意的地方、字詞的不同用法、拼音的規則等,透過小小叮嚀都能更加了解!

> **小小叮嚀**
> 要注意喔,現代越語是由法國傳教士基於拉丁字母所創,所以發音較近似法語,看到 A 時要發ㄚ音,而不是英語的 A 音喔。
> 另外,越南非常重視輩分關係,一般會話很少用你、我、他,而是會按輩分來稱呼,因此其人稱代名詞通常是「稱兄道弟」。見到年齡大約是父執輩者就稱 bác chú cô dì(伯叔姑姨),然後自稱 cháu(侄兒);而同輩之間,會稱年紀略長者為 anh chị(兄姊),然後自稱 em(弟妹)。

21

如何
使用本書

## STEP 02

### 第四天到第七天：
### 學習越南語的字彙、語法

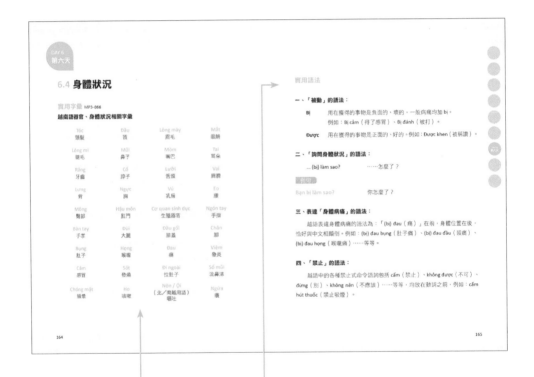

DAY 6
第六天

### 6.4 身體狀況

實用字彙　MP3-066
越南語器官、身體狀況相關字彙

| Tóc 頭髮 | Đầu 頭 | Lông mày 眉毛 | Mắt 眼睛 |
| Lông mi 睫毛 | Mũi 鼻子 | Mồm 嘴巴 | Tai 耳朵 |
| Răng 牙齒 | Cổ 脖子 | Lưỡi 舌頭 | Vai 肩膀 |
| Lưng 背 | Ngực 胸 | Vú 乳房 | Eo 腰 |
| Mông 臀部 | Hậu môn 肛門 | Cơ quan sinh dục 生殖器官 | Ngón tay 手指 |
| Bàn tay 手掌 | Đùi 大腿 | Đầu gối 膝蓋 | Chân 腳 |
| Bụng 肚子 | Họng 喉嚨 | Đau 痛 | Viêm 發炎 |
| Cảm 感冒 | Sốt 發燒 | Đi ngoài 拉肚子 | Sổ mũi 流鼻涕 |
| Chóng mặt 頭暈 | Ho 咳嗽 | Nôn／Ói（北／南越用語）嘔吐 | Ngứa 癢 |

實用語法

一、「被動」的語法：

Bị　用在獲得的事物是負面的、壞的，一般病痛均加 bị。
例如：Bị cảm（得了感冒）、Bị đánh（被打）。

Được　用在獲得的事物是正面的、好的。例如：Được khen（被稱讚）。

二、「詢問身體狀況」的語法：

... (bị) làm sao?　⋯⋯怎麼了？

Bạn bị làm sao?　你怎麼了？

三、表達「身體病痛」的語法：

越語表達身體痛痛的語法為：「(bị) đau（痛）」在前，身體位置在後，恰好與中文相顛倒。例如：(bị) đau bụng（肚子痛）、(bị) đau đầu（頭痛）、(bị) đau họng（喉嚨痛）⋯⋯等等。

四、「禁止」的語法：

越語中的各種禁止式命令語詞包括 cấm（禁止）、không được（不可）、đừng（別）、không nên（不應該）⋯⋯等等，均放在動詞之前，例如：cấm hút thuốc（禁止吸煙）。

164　　　　　165

### 實用字彙

生活中最常見、最常用的單字都在這裡！更同時介紹北越及南越的用語差異，讓你擁有最詳盡的學習！

### 實用語法

以詳細且易懂的方式說明了各類常用句型及文法，並有生活例句輔助，同時學會數百單字與常用句！

透過第四天到第七天，學習「人際」、「數字」、「日常」、「休閒」等四大實用主題的相關字彙及語法。每個主題都分為 4 個類別，而每個類別都按照「實用字彙→實用語法→實用成語俗語→一起來用越語吧！」的順序來學習，循序漸進、完整複習！

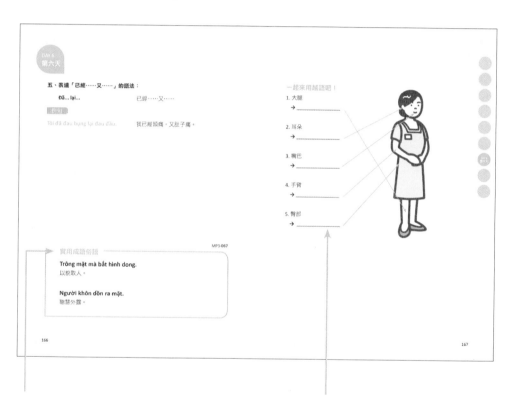

## 實用成語俗語

每個類別中，都有幾句相關的實用成語俗語，讓讀者在開口說越語時，也能信手拈來一兩句，立刻展現不凡的越語程度！

## 一起來用越語吧！

透過中越對譯，增加對學習內容的掌握度，同時達到複習的目的！

# 越南語的發展及歷史背景

　　越南語，或稱越語，是越南人平常交際使用的語言。目前，越語大致上可以區分為 3 大方言區：1. 以河內（Hà nội）為中心的北部方言區；2. 以順化（Huế）為中心的中部方言區；3. 以西貢（Sài gòn，現稱胡志明市 —TP Hồ Chí Minh）為中心的南部方言區。這 3 個方言區的用語及腔調有著些許的差異（本書會在有需要的語詞之處介紹南北越的習慣用詞），但基本上是可以互通的。

　　儘管越語有這 3 個方言區的分別，但是所使用的文字是統一的。在西元前 3 世紀秦朝征服越南北部地區後，一直到西元 10 世紀，越南大部分時間是受到中國各朝代統治。因此，在這段期間中文成為越南的官方文字。西元 10 世紀後，隨著越南建立自主政權，越南人民即在漢字的基礎上創建具有自主特色的文字：「漢喃文」。這是一種借用漢字的字義和發音，來展現越南語的意義與發音的文字，例如「漢喃文」的「喃」字，是由漢字的「口」與「南」字相結合而成，就字義而言，含有「南方口語」的意思，就發音而言，則發近似「南」的音。

### Chữ Quốc ngữ（越南國語字）的形成

　　直到西元 17 世紀左右，隨著來自西歐的傳教士開始以拉丁字母紀錄越南語詞，特別是法國傳教士 Alexandre de Rhodes 以河內音為主體整理出的「越南語—拉丁語—葡萄牙語辭典」乙書，現代越南文字才得以逐漸成形。其後，由於法國對越南的正式殖民，此種拉丁拼音字得到廣泛推廣。而在南北越統

一後，越南政府更於 1945 年將此種文字定位為國家唯一正式的書寫文字，稱為 Chữ Quốc ngữ（越南國語字）。由於此一文字是以河內音為主體整理而成，因此其發音方式與教學系統亦以河內音為基準。

## 越南語與漢語的差異

　　雖然在語言學上，越語被分屬為南亞語系，而非漢藏語系，但由於越南在西元 10 世紀前，有很長一段時間為漢人所統治，並且在 17 世紀以前也深受漢文化的影響，因此目前常用的越語中，有 60% 以上的詞語，若不是受到漢語的影響，就是借用漢語的詞語，例如 chính phủ（政府）、an toàn（安全）、bình dân（平民）等等，這些詞語都稱為「漢越音」。所以，越語可說與同屬漢藏語系的中文、台語關係十分密切。此外，越語的文法結構也不像西方語言那樣嚴謹與複雜，而是比較像中文一樣鬆散、自由。例如：越語的名詞、代名詞、動詞、形容詞等，與漢語一樣沒有時態或單複數之類的變化，只要加上時間詞或數量詞即可。比較不一樣的地方可能在於主體詞的位置與漢文相反，例如：中文說「我的爸爸」，而越語說「bố của tôi」（bố〔爸爸〕，của〔的〕，tôi〔我〕）；又如：中文說「社會主義」，而越語說「chủ nghĩa xã hội」（chủ nghĩa〔主義〕，xã hội〔社會〕）。

## 越南語的字母

　　越語主要由 29 個字母組成，其中屬元音（nguyên âm）字母有 12 個（A、Ă、Â、E、Ê、I、O、Ô、Ơ、U、Ư、Y），輔音（phụ âm）字母有 17 個（B、C、D、Đ、G、H、K、L、M、N、P、Q、R、S、T、V、X）。此外，還有 11 個由 2 個以上字母結合而成的輔音（CH、GH、GI、KH、NG、NGH、NH、PH、QU、TH、

TR）。越南語的各個單字就由這些字母結合而成，並直接由這些字母所代表
的發音拼讀而成。

## 越南語字母表

| 大寫（註1） | 小寫 | 國際音標 |
|---|---|---|
| A | a | [a] |
| Ă | ă | [ɐ] |
| Â | â | [ə] |
| B | b | [bə] |
| C | c | [kə] |
| D | d | [zə] |
| Đ | đ | [də] |
| E | e | [e] |
| Ê | ê | [ɛ] |
| G | g | [ɣə] |
| H | h | [hə] |
| I（註2） | i | [i] |
| K | k | [ka] |
| L | l | [lə] |
| M | m | [mə] |
| N | n | [nə] |

| O | o | [ɔ] |
| Ô | ô | [o] |
| Ơ | ơ | [ɤ] |
| P | p | [pə] |
| Q（註3） | q | [ku] |
| R | r | [rə] |
| S | s | [ʂə] |
| T | t | [tə] |
| U | u | [u] |
| Ư | ư | [ɯ] |
| V | v | [və] |
| X | x | [sə] |
| Y | y | [i] |

註1：姓名、專有名詞、句首。

註2：I 和 Y 是同音。

註3：Q 總是和 U 一起，形成 QU 來使用。

## 越南語的拼讀方式與聲調

越語和漢語一樣，都是以「單音節語素」為主的語言。通常一個單字只有一個音節，一個詞語則由一個音節或二個以上的音節所組成，然後幾個詞語再聯結成為一個句子。因此，越語和漢語一樣，要完整的唸出一個詞或一整句，首先一定要學會標準發出每一個音（越語為字母發音，漢語為注音符號）。其後，基本上也一樣，藉由「直拼」、「雙拼音」、「三拼音」的方式，拼讀出一個字的基本音。最後，二者亦均再加上高低聲調（thanh điệu），完整讀出一個標準字音。只不過越語的基本聲調有 6 聲，比中文多一個。例如：越語的 bà（婆），是由「b ＋ a ＋ ˋ（玄聲）」組合而成，拼讀時直接將 b、a 音合唸並加玄聲即可。學習順序如下：

| 學會標準發出每一個音 |
| :---: |

| 藉由「直拼」、「雙拼音」、「三拼音」的方式，拼讀出一個字的基本音 |
| :---: |

| 加上高低聲調，完整讀出一個標準字音 |
| :---: |

## 越南語的基本聲調

| 越語聲調名 | 符號 | 譯名 | 位置 | 例字 | 類似中文聲調 |
|---|---|---|---|---|---|
| Thanh ngang | | 平聲 | . | la | 一聲<br>（中調，長） |
| Thanh huyền | ` | 玄聲 | 母音上 | là | 四聲<br>（低調，長） |
| Thanh sắc | ' | 銳聲 | 母音上 | lá | 二聲<br>（高升，長） |
| Thanh hỏi | ' | 問聲 | 母音上 | lả | 三聲<br>（低降或低降後升，<br>長，緊喉） |
| Thanh ngã | ~ | 跌聲 | 母音上 | lã | 發音時要想像上下搖晃頭<br>（高升，緊喉且中斷） |
| Thanh nặng | . | 重聲 | 母音下 | lạ | 輕聲，急頓且重<br>（低降，緊喉且中斷） |

　　從上述越語發展歷程的簡單介紹，以及越語拼音方式的入門，可以看到越語在許多層面上都與漢語有著緊密的關係，而其發展歷程、讀音、以及詞句結構等，也跟中文、台語十分相似。因此，學習越語對於在台灣的我們而言，不但具有語言上觸類旁通之便，還可以很輕易地掌握其基本規律，而且在認識越語之後，更有助我們回頭深入體會及研究中文的意義與價值。

# CONTENTS 目 錄

**Xin chào Việt Nam.**
越南你好。

# 認識越南語
# 元音字母

A、Ă、Â、E、Ê、I
O、Ô、Ơ、U、Ư、Y

## 越南語的單字母元音

| | | |
|---|---|---|
| A | Ă | Â |
| E | Ê | I |
| O | Ô | Ơ |
| U | Ư | Y |

越語的元音（母音、韻母）主要由以上 12 個字母組成，每一字母代表 1 個元音。而除了這 12 個「單字母元音」外，亦可由 2 或 3 個字母結合成 1 個「多字母元音」。

## 雙字母元音

| ai | ao | au | âu | ay |
|---|---|---|---|---|
| ây | eo | êu | ia | iê / yê |

| iu | oa | oă | oe | oi |
|----|----|----|----|----|
| ôi | ơi | ơu | ua | ưa |
| uê | ui | ưi | ou | uô |
| uơ | ươ | ưu | uy | |

## 三字母元音

| iêu | yêu | oai | uôi | uyê |
|-----|-----|-----|-----|-----|
| ươi | ươu | | | |

　　不管雙字母或是三字母，這些多字母元音的唸法，就是將各個字母的元音同時拼讀而出。

　　以下第一天為大家介紹 12 個單字母元音。

A

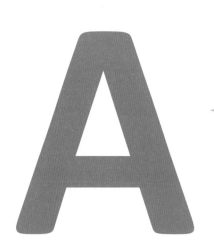

**A a**

發音 國際音標 [a]

**發音重點**

● 嘴巴張大，發出類似注音符號丫的聲音。

寫寫看 ●●●●●●●●●●●●●●●●●●●●●●●●●●●●●●●●●●●●●●

A A    a a

A A    a a

## 詞 彙

| | |
|---|---|
| **ai** | 誰 |
| **anh hùng** | 英雄 |
| **an khang** | 安康 |
| **an toàn** | 安全 |

## 說 說 看

### Alô, xin cho tôi gặp chị Hương.

喂，我找香姐。（雖是講電話，但越南人仍用 gặp〔見〕這個字眼）

> **小小叮嚀**
>
> 　　要注意喔，現代越南文是由法國傳教士基於拉丁字母所創，所以發音較近似法語，看到 A 時要發ㄚ音，而不是英語的 A 音喔。
>
> 　　另外，越南非常重視輩分關係，一般會話很少用你、我、他，而是會按輩分來稱呼，因此其人稱代名詞通常是「稱兄道弟」。見到年齡大約是父執輩者就稱 bác chú cô dì（伯叔姑姨），然後自稱 cháu（侄兒）；而同輩之間，會稱年紀略長者為 anh chị（兄姊），然後自稱 em（弟妹）。

發音 國際音標 [ə]

**發音重點**

● 類似注音符號的二聲ㄚ，其與 A 相
比，音較短促，A 的音較長。

寫寫看 ......................................

Ă Ă

ă ă

Ă Ă

ă ă

詞　彙 ...................................

🗨 **ăn**　　　　　　　吃

🗨 **ăn mày**　　　　乞丐

🗨 **ăn vụng**　　　　偷吃

🗨 **ăn ý**　　　　　　有默契

 說　說　看 ...................................

## Ăn quả nhớ kẻ trồng cây.

吃水果拜樹頭／飲水思源。（直譯：吃水果記得種樹的人）

小小叮嚀　　　當拼讀 Ă 音時，記住一定得儘量縮短發音長度，且此時嘴巴會較扁平，這樣才能與長音的 A 音區分清楚。

Â â

發音 國際音標 [ə]

**發音重點**

● 類似注音符號さ的二聲，上揚而短。

寫寫看 ●●●●●●●●●●●●●●●●●●●●●●●●●●●●●●●●●●●●●●●

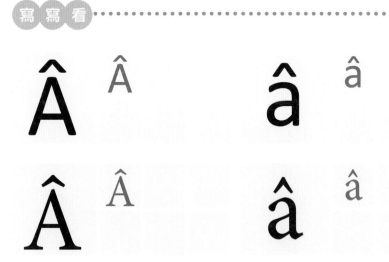

**詞彙** ● ● ● ● ● ● ● ● ● ● ● ● ● ● ● ● ● ● ● ● ● ● ● ● ● ● ● ●

💬 **ân huệ**　　　　恩惠

💬 **ấm áp**　　　　温暖

💬 **âm nhạc**　　　　音樂

💬 **ấn tượng**　　　　印象

**說說看** ● ● ● ● ● ● ● ● ● ● ● ● ● ● ● ● ● ● ● ● ● ● ● ● ● ●

## Tiếp đãi hết sức ân cần.

接待非常殷勤。

|小小叮嚀|　　Ă 與 Â 音之後，一定要有音尾。Ă 音之後一定要加輔音（子音），如 ăn（吃）；Â 音之後則可加輔音或元音，如 ân（恩）、ấy（那）。<br>　　Tiếp đãi（接待）與 ân cần（殷勤）都是所謂的「漢越音」，可以感受一下其音跟中文音的差異，看看是否有些許學習脈絡可循。|

E e

E e

發音 國際音標 [e]

**發音重點**

● 類似注音符號ㄟ的聲音。

**寫寫看**

E E e e

E E e e

詞 彙 ‧‧‧‧‧‧‧‧‧‧‧‧‧‧‧‧‧‧‧‧‧‧‧‧‧‧‧‧‧‧‧‧‧‧‧‧‧‧‧

| | |
|---|---|
| **em trai** | 弟弟 |
| **em gái** | 妹妹 |
| **e thẹn** | 羞怯 |
| **eo biển** | 海峽 |

說 說 看 ‧‧‧‧‧‧‧‧‧‧‧‧‧‧‧‧‧‧‧‧‧‧‧‧‧‧‧‧‧‧‧‧‧‧‧‧‧‧‧

## Xin đừng ép tôi nữa.

請別再逼我了。

小小叮嚀

　　E 音是較長的音，發音時要想像其後好像加了一個注音符號「一」的音，但不可發出「一」音。
　　越南人和華人一樣，講究禮貌，因此常會使用 Xin 這個字眼，其意思如同文言文的「謹」，或者現代的「請」。例如在說謝謝時，會加上 Xin，成為「Xin cảm ơn!」。

發音 國際音標 [ɛ]

**發音重點**

● 類似注音符號ㄝ的聲音。

寫寫看 ‧‧‧‧‧‧‧‧‧‧‧‧‧‧‧‧‧‧‧‧‧‧‧‧‧‧‧‧‧‧‧‧‧

Ê　Ê

ê　ê

Ê　Ê

ê　ê

詞　彙 ••••••••••••••••••••••••••••••••••••

**ếch nhái**　　　蛙類

**ê kíp**　　　隊伍

**ế ẩm**　　　滯銷

**êm tai**　　　悅耳

說　說　看 ••••••••••••••••••••••••••••••••••

## Ếch ngồi đáy giếng.

井底之蛙。（直譯：蛙坐井底）

小小叮嚀　　　ê 音是較短的音，發音時要快速收音，並嘴巴微扁，藉以與 E 音區別。
　　越語有許多成語與中文成語十分相似、有著相同的淵源，所以看到越語成語時，大都可從其包含的漢越語或意思當中，找出對等的中文成語。

I i

發音 國際音標 [i]

## 發音重點

● 類似注音符號一的聲音。

寫寫看

I I i i

I I i i

詞 彙 ••••••••••••••••••••••••••••••••••••••

| | | |
|---|---|---|
| **ít khi** | 很少 | |
| **ích lợi** | 益處 | |
| **im lặng** | 寂靜／沉默 |  |
| **inh tai** | 刺耳／吵耳 | |

 說 說 看 ••••••••••••••••••••••••••••••••••••

## Tôi ít khi đi chơi.

我很少去玩。

小小叮嚀　在越南語中，I 和 Y 是相同發音。

O  o

O

發音 國際音標 [ɒ]

### 發音重點

● 類似注音符號ㄛ的聲音，但是嘴巴
張大且圓。

寫 寫 看 ● ● ● ● ● ● ● ● ● ● ● ● ● ● ● ● ● ● ● ● ● ● ● ● ● ● ● ● ● ● ● ● ● ● ● ●

O  O

O  o

O  O

O  o

詞　彙 ·····················

💬 **oi bức**　　　悶熱

💬 **oán hận**　　怨恨

💬 **ong mật**　　蜜蜂

💬 **oán trách**　　埋怨

 說　說　看 ·············

# Oai phong lẫm liệt.

威風凜凜。

| | |
|---|---|
| 小小叮嚀 | 發 O 音時嘴巴圓張，不要縮閉，自然發出ㄛ音。<br>ong mật 為蜜蜂，跟中文一樣，反過來時 mật ong 就成了蜂蜜。 |

Ô

Ô  Ô

發音 國際音標 [o]

**發音重點**

● 類似注音符號ㄡ的聲音，但是嘴巴
張較小。

寫寫看 •••••••••••••••••••••••••••••••••••••

Ô Ô

Ô Ô

Ô Ô

Ô Ô

## 詞 彙

🗨 **ô mai** 　　　　　酸梅

🗨 **ông xã** 　　　　老公

🗨 **ồn ào** 　　　　　吵鬧

🗨 **ôn hòa** 　　　　溫和

## 説 説 看

# Ông nói gà bà nói vịt.

雞同鴨講。（直譯：公説雞婆説鴨）

小小叮嚀

　　發 ô 音時，記得要有縮嘴唇的動作，使其略帶有注音符號ㄨ的音。

　　在越語中，ông（公／翁）和 bà（婆）是習慣上尊稱別人的用詞，一般上台演講時一定會説 các ông các bà（各位先生女士）。

σ

σ  σ

發音 國際音標 [ɤ]

**發音重點**

● 類似注音符號ㄜ的聲音。

寫 寫 看 ••••••••••••••••••••••••••••••••

σ σ

σ σ

σ σ

σ σ

## 詞 彙

| | | |
|---|---|---|
| 💬 **ơi** | 啊／唉 | |
| 💬 **ớt** | 辣椒 | |
| 💬 **ơn huệ** | 恩惠 | |
| 💬 **ở đâu** | 在哪裡 | |

## 說 說 看

### Làm ơn đợi tôi một chút.

麻煩等我一下。

---

**小小叮嚀**

　　注意分別 ơ 音與 Â 音，一般而言，Â 音是 ơ 音的上揚音，發 Â 音時，就好像是發兩個 ơ 音並略上揚。

　　ơi 是越語中常見的語氣詞，略等中文的「啊」，當要表現親暱或吃驚時，會加上 ơi。例如：叫 chị ơi（阿姊）就比單獨叫 chị（姊）來得親密，而 trời ơi 即「老天啊！」。

U

**U** **u**

發音 國際音標 [u]

**發音重點**

● 類似注音符號ㄨ的聲音，嘴巴圓張。

寫 寫 看 ..........................................

U U

u u

U U

u u

## 詞 彙

 **ủng hộ**　　　　擁護／支援

 **uốn tóc**　　　　燙髮

 **ủy ban**　　　　委員會

 **ung thư**　　　　癌症

## 說 說 看

## Uống nước nhớ nguồn.

飲水思源。

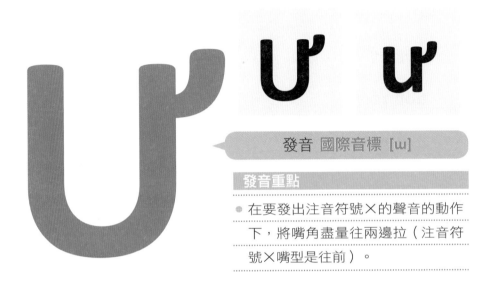

Ư Ư

發音 國際音標 [ɯ]

**發音重點**

● 在要發出注音符號ㄨ的聲音的動作下，將嘴角盡量往兩邊拉（注音符號ㄨ嘴型是往前）。

寫寫看 ......................................................

Ư Ư        Ư Ư

Ư Ư        ư ư

詞 彙 •••••••••••••••••••••••••••••••••••••••

| ưa thích | 嗜好／喜好 |
| ước mơ | 夢想／幻想 |
| ưu tiên | 優先 |
| ưu điểm | 優點 |

說 說 看 •••••••••••••••••••••••••••••••••••••••

## Ừ! Cứ làm như thế!

嗯！就這樣做！

小小叮嚀

　　Ư 音沒有對應的注音符號，但在發 Ư 音時，可以聯想到發卫音的感覺，把嘴唇往後拉縮。

　　Ừ 是表示答應或認同的語氣詞，通常是輩分較高者才可使用。例如：我們詢問父母或老闆一件事時，他們可用 Ừ 來表示「對／好的！」。

Y　y

發音 國際音標 [i]

**發音重點**

● 類似注音符號一的聲音。

寫寫看 •••••••••••••••••••••••••••••••••••••••

Y　Y

y　y

Y　Y

y　y

## 詞 彙

y tá　　　　　護士

ý kiến　　　　意見

yên bình　　　承平

yêu thích　　喜愛

## 説 説 看

### Ý hợp tâm đầu.

情投意合。

> **小小叮嚀**　　一般而言，Y 跟 I 是同音，都發 [i] 音，沒什麼區別。但是如果 Y 跟在母音之後，則須將其音長縮短；反之，如 I 跟在母音之後，則須將音拉長。例如 tai（耳）跟 tay（手），就須區分其長短，否則耳朵就會變成手臂。

**Bạn có khỏe không?**
你好嗎？

# 認識越南語輔音字母
# （一）

B、C、D、Đ、G、H、K
L、M、N、P、Q、R、S
T、V、X

DAY 2
第二天

MP3-**014**

**越南語的輔音**

| B | C | D | Đ | G |
|---|---|---|---|---|
| H | K | L | M | N |
| P | Q | R | S | T |
| V | X | | | |

　　越語的輔音（子音、聲母）主要由 b、c、d、đ、g、h、k、l、m、n、p、q、r、s、t、v、x 等 17 個字母組成，第二天要教的就是這 17 個輔音。

　　此外，也還有幾個輔音是由 2 個或 3 個字母結合而成（例如 ngh），這種用多於一個字母來標示一個聲音的做法叫作「二合字母」或「多合字母」。這些比較複雜的字母組合將在第三天學習。

　　注意，有幾個輔音，雖然字母拼寫不同，但是發音卻相同。此時，不同的字母其後所接的元音也會有所不同。有一些會與 a、ă、â、o、ô、ơ、u、ư 等元音結合，另一些會與 e、ê、i 等元音結合，要小心區別。

聖若瑟主教座堂位於越南首都——河內，又名河內大教堂，建於 1886 年。

# B b

**B** **b**

發音 國際音標 [bə]

## 發音重點

● 類似注音符號ㄅ的聲音（台語的
「無」）。

寫寫看 ••••••••••••••••••••••••••••••••••••

B B

b b

B B

b b

詞 彙 ··················································

| | |
|---|---|
| ▢ **ba** | 三／爸爸 |
| ▢ **bao nhiêu** | 多少 |
| ▢ **bánh bao** | 包子 |
| ▢ **bữa sáng** | 早餐 |

 説 説 看 ··················································

## Bao nhiêu tiền?

多少錢？

> 小小叮嚀
>
> 　　越語的 B 音與英語的 B 音發音相同，記得發 B 音時要像台語的「無」，不要太像注音符號的ㄅ音喔！
> 　　ba（爸爸）是越南南方的用語，北方則稱為 bố。

# C

## C c

發音 國際音標 [kə]

### 發音重點

● 如同注音符號ㄍ的聲音。

## 寫寫看

C C

C C

C C

C C

詞彙 •••••••••••••••••••••••••••••••••••••••••••••••••••••••

| | | |
|---|---|---|
| **cơm** | 飯 | |
| **cười** | 笑 | |
| **cảm ơn** | 感恩／謝謝 | |
| **con dâu** | 媳婦 | |

 說說看 •••••••••••••••••••••••••••••••••••••••••••••••••••••••

## Cảm ơn chị đã giúp đỡ.

謝謝妳的幫忙。

小小叮嚀｜越語的 C 音是發中文「哥」的音，不要當成英語的 C 音喔！
越語的 C 音不與 E、Ê、I、Y 等元音結合。

# D d

發音 國際音標 [zə]

**發音重點**

● 類似注音符號沒有捲舌的ㄖ的聲音，但收尾時加上注音符號ㄜ的聲音，像是「惹」的音。

**寫寫看** ● ● ● ● ● ● ● ● ● ● ● ● ● ● ● ● ● ● ● ● ● ● ● ● ● ● ● ● ● ●

D  D　　　　d  d

D  D　　　　d  d

## 詞彙

**du lịch**　　　旅遊

**dũng cảm**　　勇敢

**du thuyền**　　遊艇

**dạo này**　　　最近

## 說說看

### Dạ, thưa thầy em sẽ đi ạ!

是的，報告老師，我將會去！

Đ đ

發音 國際音標 [də]

**發音重點**

● 類似注音符號ㄉ的聲音，但舌頭要
頂住上牙齦，使其有點接近注音符
號ㄉ的聲音。

寫寫看 ·····································

Đ Đ

đ đ

Đ Đ

đ đ

詞 彙 ∙∙∙∙∙∙∙∙∙∙∙∙∙∙∙∙∙∙∙∙∙∙∙∙∙∙∙∙∙∙∙∙∙∙∙∙∙∙

💬 **điện thoại**　　　　電話

💬 **đại học**　　　　　大學

💬 **đàn ông**　　　　　男人

💬 **Đài Loan**　　　　　台灣

 説 説 看 ∙∙∙∙∙∙∙∙∙∙∙∙∙∙∙∙∙∙∙∙∙∙∙∙∙∙∙∙∙∙∙∙∙∙∙∙

## Đàn gảy tai trâu.

對牛彈琴。（直譯：琴彈牛耳）

小小叮嚀　　發音類似大多數語言的「D」，但發 Đ 音時舌頭要僵硬些，卻又不可太像注音符號ㄉ的聲音喔！

　　Đại（大）跟 Đài（台），一個是重聲、一個是玄聲，Đại 是重聲、Đài 是玄聲。發重聲時音要有力且短，發玄聲時音要拉長。

# G g

G

發音 國際音標 [ɣə]

**發音重點**

● 有點類似注音符號ㄍ的聲音，但是音較濁。

寫寫看

G　G

g　g

G　G

g　g

詞彙 •••••••••••••••••••••••••••••••••••••••••

| | |
|---|---|
| **gà trống** | 公雞 |
| **gặp gỡ** | 見面／會晤 |
| **gay go** | 艱難／激烈 |
| **ganh ghét** | 嫉妒 |

說說看 •••••••••••••••••••••••••••••••••••••••••

## Gà trống nuôi con.

公雞帶小雞。（指鰥夫撫養小孩）

小小叮嚀　　　G 音屬有聲摩擦音，因此發音時要有點像漱口一樣，讓音在喉嚨中摩擦。
G 音不與 E、Ê、I、Y 等元音字母結合。

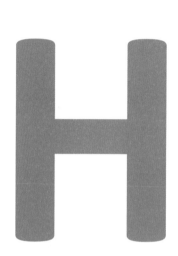

# H h

發音 國際音標 [hə]

**發音重點**

● 類似注音符號ㄏ的聲音，純粹送氣、
無摩擦的聲音。

寫 寫 看 ......................................

H $^H$          h $^h$

H $^H$          h $^h$

## 詞 彙 ·········································································

| hải quan | 海關 |
| hải sản | 海產 |
| học sinh | 學生 |
| hôm nay | 今天 |

## 說 說 看 ·········································································

### Hôm nay anh có khỏe không?

你今天好嗎？（直譯：你今天健康嗎？）

> **小小叮嚀**
>
> 越語的 H 音發音像注音符號ㄏ的聲音。
> 越語的主要疑問句型就是「có... không?（有沒有……呢？）」。

**K** **k**

發音 國際音標 [ka]

**發音重點**

● 類似注音符號ㄍㄚ的聲音。

寫寫看 ·······················································

K ᴷ        k ᵏ

K ᴷ        k ᵏ

詞 彙 ••••••••••••••••••••••••••••••••••••••••••••

**ký tên**　　　　　簽名

**kết hôn**　　　　　結婚

**kết quả**　　　　　結果

**keo kiệt**　　　　小氣／吝嗇

 說 說 看 ••••••••••••••••••••••••••••••••••••••••••

## Xin hãy ký tên ở đây.

請在這裡簽名。

> 小小叮嚀
>
> 　　基本上 K 與 C 同音，但與 C 音相反的是，K 音僅與 E、Ê、I、Y 等元音結合。

發音 國際音標 [lə]

**發音重點**

● 類似注音符號ㄌ的聲音,但感覺上要帶有點捲舌的聲音。

寫寫看 •••••••••••••••••••••••••••••••••••

詞 彙 ••••••••••••••••••••••••••••••••••••••••

💬 **lạnh lùng**　　冷漠

💬 **lãng mạn**　　浪漫

💬 **lái xe**　　開車

💬 **làm việc**　　做事

 說 說 看 ••••••••••••••••••••••••••••••••••••••

## Lắm mồm lắm miệng.

多嘴多舌。

小小叮嚀　　越語的 L 音與 Đ 音常讓華人分不清。訣竅在於發 L 音時要翹起舌頭，讓氣流從舌頭兩邊通過，然後再彈出；而發 Đ 音時則不用這樣，而是要頂住上顎。

　　lắm 與中文的「多」意思相似。當它放在名詞前面時，用來形容那件事物很多，例如：lắm mồm（多嘴）；也可放在形容詞之後，表示程度很高，例如：đẹp lắm（很漂亮）。

# M

## M m

發音 國際音標 [mə]

**發音重點**

● 類似注音符號ㄇ的聲音。

寫寫看 ......................................

M ^M

m ^m

M ^M

m ^m

## 詞彙

| | | |
|---|---|---|
| 💬 **miễn phí** | 免費 | |
| 💬 **mãi mãi** | 永遠 | |
| 💬 **mạnh khỏe** | 健康 | |
| 💬 **may mắn** | 幸運 | |

## 說說看

### Chúc anh mạnh khỏe, thuận lợi.

祝你健康順利。

小小叮嚀　　記得看到 M 音時一定要緊閉嘴巴才發音，特別是當 M 音位於一個字的音尾時，更一定要記得緊閉嘴巴。

# N n

發音 國際音標 [nə]

**發音重點**

- 類似注音符號ㄋ的聲音，但收尾時略帶注音符號ㄜ的聲音。

 ·····································

**N** N

**n** n

**N** N

**n** n

詞 彙 ••••••••••••••••••••••••••••••••••••••

**năm**                年／五

**nam**                南

**náo nhiệt**          熱鬧

**nấu ăn**             烹煮／做飯

 說 說 看 ••••••••••••••••••••••••••••••••••

**Năm người mười điều.**

人多嘴雜。（直譯：五人十調）

小小叮嚀　　　與 M 音不同的是，N 音在字尾時，一定要記得把嘴巴張開，
這樣發音才會清楚。

# P p

發音 國際音標 [pə]

**發音重點**

● 類似注音符號ㄆ的聲音。

寫寫看 ......

P P

p p

P P

p p

## 詞彙 ·······························

**pin**　　　　　　電池

**pa tanh**　　　　溜冰鞋

**pa tê**　　　　　雞肝醬

**pê đê**　　　　　男同性戀

## 說說看 ·······························

### Pa tê ngon quá!

雞肝醬很好吃！

---

小小叮嚀　　純越語沒有 P 音開頭的單字，只有 Ph 開頭的單字（發 [fə] 音，將於第三天學習），但是隨著外來語的引用，也產生一些 P 音開頭的外來語文字，上述的詞彙均屬外來語。

　　quá 是個程度副詞，有「過於……」、「很……」的意思，主要放在當作說明用的詞語之後。

**Q q**

發音 國際音標 **[ku]**

**發音重點**

● q 的發音類似注音符號ㄍ的聲音，但不會單獨跟母音結合，而是要加上 u 音後，變成雙子音 qu，發音類似中文的「郭」。

寫寫看 ......................................................

Q $^Q$ q $^q$

Q $^Q$ q $^q$

## 詞彙

**quan tâm** 關心

**quán ăn** 小吃店

**quê quán** 籍貫

**quan hệ** 關係

## 說說看

**Quan hệ bạn bè.**

朋友關係。

**小小叮嚀**

越語字母 Q 無法單獨與其他元音結合，而是必須加上 u 成為 qu，並發出類似中文「郭」的音。南部方言發音則為 [w]。

由於此一發音特性，因此越語只有 qu 開頭的字，沒有 q、qa、qe、qi、qo 等開頭的字。

# R r

**R r**

發音 國際音標 [rə]

**發音重點**

● 類似注音符號ㄖ的聲音,但須捲舌並且加上顫抖音。

寫寫看 ·······················································

R  R

r  r

R  R

r  r

詞彙 •••••••••••••••••••••••••••••••••••••

**rác thải**　　　　垃圾／廢棄物

**rồi sao**　　　　反正／終究

**rau thơm**　　　　香菜

**rảnh rỗi**　　　　閒暇

 説説看 •••••••••••••••••••••••••••••••••••

## Râu ông nọ cắm cằm bà kia.

牛頭不對馬嘴。（直譯：他的鬍子插到她的下巴）

小小叮嚀　　注意 R 音與 D 音的差別，R 音要捲舌並顫抖。
　　　　　　Rồi 等同中文的「了」，表示過去式或完成式。例如：ăn rồi（吃了）。

S S

發音 國際音標 [ʂə]

**發音重點**

● 類似注音符號ㄕ的聲音，是捲舌音。

**寫寫看** ··········································

S S

S S

S S

S S

詞 彙

- **sinh nhật** 生日
- **sân bay** 機場
- **siêu thị** 超市
- **sinh mệnh** 生命

 説 説 看

## Sớm nắng chiều mưa.

晨晴午雨／陰晴不定。

> 小小叮嚀　通常越南稱 S 音為重的 [sə] 音，表示在捲舌時，有點加重其音感。

T

T t

發音 國際音標 [tə]

**發音重點**

● 類似注音符號ㄊ加ㄜ的聲音。

寫寫看 ·······································

T T t t

T T t t

## 詞彙 ........................................

🔲 **tay** 手

🔲 **tài khoản** 帳戶

🔲 **toilet** 廁所

🔲 **tâm lý** 心理

## 説説看 ........................................

**Anh tiện tay lấy hộ tôi lọ tương ớt kia.**

你順手幫我拿那瓶辣椒醬。

小小叮嚀　　越語字母 T 的發音是注音符號的ㄉ音，而不是英語的 T 音喔！

hộ（幫）常置於動詞之後，表示「幫忙……」，例如：lấy hộ（幫忙拿）。

# V v

V

發音 國際音標 [və]

**發音重點**

● 類似英語的 V 音。

寫 寫 看 ......................................

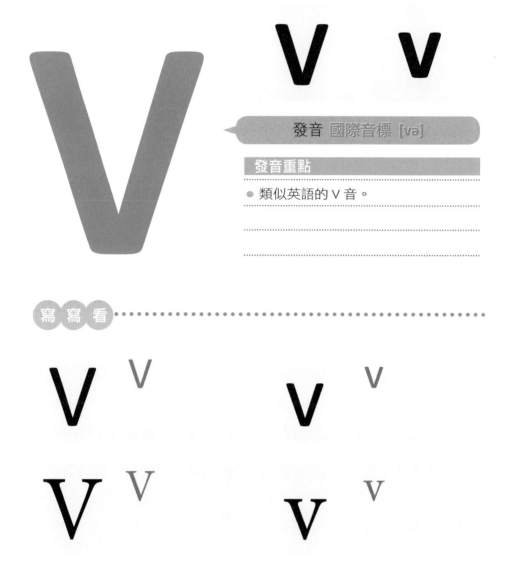

## 詞　彙 ••••••••••••••••••••••••••••••••••••••••••••••••••

💬 **vui vẻ**　　　　愉悅

💬 **va li**　　　　行李箱

💬 **vì sao**　　　　為什麼

💬 **vỉa hè**　　　　騎樓走道

## 說　說　看 ••••••••••••••••••••••••••••••••••••••••••••

### Vì sao anh học tiếng Việt?

你為什麼學越語？

　　　與英語的 V 音相同，發越語字母的 V 音時要咬著嘴唇。但
是在南部方言 V 的發音為 [j]。
　　　針對「Vì sao」（為什麼）句型的問句，回答時可以用
「Vì...」、「Tại (vì)...」、「Bởi (vì)...」等句型來回答，以上回答
均是「因為……」的意思。

發音 國際音標 [sə]

**發音重點**

● 類似注音符號ㄙ加ㄜ的聲音。

寫 寫 看 ●●●●●●●●●●●●●●●●●●●●●●●●●●●●●●●●●●●●●●●●●●●●●

詞 彙 •••••••••••••••••••••••••••••••••••••••••••

💬 **xa xa**　　　　　遠遠的

💬 **xe đạp**　　　　腳踏車

💬 **xe ôm**　　　　載客機車

💬 **xanh biếc**　　　碧綠

說 說 看 •••••••••••••••••••••••••••••••••••••••••••

## Công việc xong xuôi.

工作順利完成。

小小叮嚀

　　通常越南稱 X 音為輕的 [sə] 音，其與 S 音的差別在於捲舌與否，並且在發 X 音時，要較柔和的發出 [sə] 音！

　　Xe ôm（載客機車）是一種越南常見的交通運輸工具，即以機車載客的運輸方式，在越南各地街口相當常見。

Xin lỗi.

不好意思／對不起。

# 認識越南語輔音字母（二）

Ch、Gh、Gi、Kh、Ng
Ngh、Nh、Ph、Qu、Th、Tr

## 越南語的多字母輔音

| | | |
|---|---|---|
| **Ch** | **Gh** | **Gi** |
| **Kh** | **Ng** | **Ngh** |
| **Nh** | **Ph** | **Qu** |
| **Th** | **Tr** | |

　　越南語的輔音中有 11 個「多合字母」，其中，Gh 與 G 發音相同，Ng 與 Ngh 發音相同，但其後所接的元音不一樣；另，Ch 與 Tr 發音相似，差別在捲舌與否。

河內為越南首都，位於越南北部，因地處紅河及蘇瀝江之間，而有「河內」之名。

# Ch

Ch
ch

發音 國際音標 [ts]

## 發音重點

● 類似注音符號ㄗ的聲音。

寫 寫 看

Ch <sup>Ch</sup>

ch <sup>ch</sup>

Ch <sup>Ch</sup>

ch <sup>ch</sup>

| chúc | 祝 |
| --- | --- |
| chợ | 市場 |
| chung thủy | 始終 |
| chắc chắn | 確實／堅固 |

**說說看** · · · · · · · · · · · · · · · · · · · · · · · · · · · · · · · · ·

**Chúc thuận buồm xuôi gió.**

祝一路順風（直譯：祝一帆風順）。

小小叮嚀

Ch 音不捲舌，而且發音不是英語的 ch [tʃ] 音喔！
chung thủy 與 thủy chung 是一樣的，都是「始終」的意思。

# Gh

## Gh
## gh

發音 國際音標 [ɣə]

**發音重點**

● 同越語字母 G 音，發注音符號ㄍ的聲音，但是音聽起來較濁。

**寫寫看**

Gh <sup>Gh</sup>　　gh <sup>ch</sup>

Gh <sup>Gh</sup>　　gh <sup>gh</sup>

| | | |
|---|---|---|
| **ghế** | 椅子 |  |
| **ghi nhớ** | 銘記／記得／紀念 | |
| **ghềnh thác** | 急流／急瀑 | |
| **ghi âm** | 錄音 | |

## 說說看

**Ghi lòng tạc dạ.**

刻骨銘心。

> Gh 音的發音重點與 G 音相同，但是 Gh 音僅跟 e、ê、i 等元音字母結合成單字。

# Gi

Gi
gi

發音 國際音標 [ʒə]

**發音重點**

● 發音略同越語字母 D（類似注音符號ㄖ加ㄜ）的音，但是帶一點
捲舌的聲音。

寫 寫 看

Gi    Gi        gi    gi

Gi    Gi        gi    gi

| | | |
|---|---|---|
| **già** | 老 | |
| **giả dối** | 虛偽 |  |
| **giá cả** | 價格 | |
| **giản đơn** | 簡單 | |

Giá cả phải chăng.

價格公道。

> Gi 音與 D 音、R 音很相似，但 D 音不捲舌，而 R 音則是捲舌加顫抖音。北越人把這三個字母都念成 [z]。
> giản đơn 與 đơn giản 都是「簡單」的意思。

# Kh

# Kh
# Kh

發音 國際音標 [kʰə]

**發音重點**

● 類似注音符號ㄎ的聲音。

寫寫看

Kh Kh　　kh kh

Kh Kh　　kh kh

| | |
|---|---|
| **không được** | 不可以 |
| **khéo léo** | 巧妙／靈巧 |
| **khát khao** | 渴望 |
| **khó khăn** | 困難 |

## Khí hậu ở Việt Nam thế nào?

越南氣候如何？

Kh 與英語的 K 發音相似，而越語字母 K 則是發為注音符號 ㄍ的聲音。

khát 等同中文的「渴」，而 khát khao 與 khao khát 均譯為「渴望」。

Thế nào?（如何？）也是常見的疑問句型。

# Ng

## Ng
## ng

發音 國際音標 [ŋə]

### 發音重點

● 這個聲音要把舌根提高，往上碰到軟顎並發出鼻音。中文裡面沒有這個聲音，但在説「好強啊」時，「啊」之前會有一個鼻音的連音，就是這個聲音。台語裡有這個聲音，像是「挾菜」的「挾」，或是「文雅」的「雅」的頭音。

寫寫看

# Ng  Ng          ng  ng

# Ng  Ng          ng  ng

| ngày sinh | 出生日 |
|---|---|
| ngạc nhiên | 驚訝 |
| ngân hàng | 銀行 |
| ngu ngốc | 愚蠢 |

**Ngồi mát ăn bát vàng.**

坐享其成。

Ng 音發音像台語「挾菜」的「挾」、或是「文雅」的「雅」的頭音。

在越南表示日期時，通常説 ngày - tháng - năm（日－月－年），而不用「年－月－日」。

# Ngh Ngh ngh

發音 國際音標 [ŋə]

**發音重點**

- 同越語字母 Ng，發音類似台語「挾菜」的「挾」、或是「文雅」的「雅」的頭音。

寫寫看

# Ngh Ngh ngh ngh

Ngh Ngh ngh ngh

| | |
|---|---|
| **nghe nói** | 聽説 |
| **nghề nghiệp** | 職業 |
| **nghèo khó** | 貧困 |
| **nghi ngờ** | 懷疑 |

## Ông ấy làm nghề gì?

他從事什麼職業？

Ngh 和 Ng 同音，但 Ng 通常與 a、ă、â、o、ô、ơ、u、ư 等元音結合成單字，而 Ngh 則與 e、ê、i 等元音結合成單字。

# Nh

**Nh**
**nh**

發音 國際音標 [ɲə]

## 發音重點

● 類似注音符號ㄋ加ㄜ的聲音，並且帶很重的鼻音。

Nh <sup>Nh</sup>    nh <sup>nh</sup>

Nh <sup>Nh</sup>    nh <sup>nh</sup>

| | | |
|---|---|---|
| **nhớ** | 記得／想念／懷念 | |
| **nhập cảnh** | 入境 | |
| **nhiệt độ** | 熱度 |  |
| **nhà cửa** | 房屋 | |

Nhà tôi có năm người.

我家有五口人。

發 Nh 音時，一定要帶很重的鼻音才會像喔！

nhà 是純越語，意思為「房屋／家／住所」，與漢越語的
gia（家）略同；另，在介紹先生或太太的時候，nhà tôi 指「我
的太太／內人／先生、我家那口子」。

# Ph

# Ph
# ph

發音 國際音標 [fə]

**發音重點**

● 類似注音符號ㄈ的聲音。

寫 寫 看 ·····················

Ph <sup>Ph</sup>        ph <sup>ph</sup>

Ph <sup>Ph</sup>        ph <sup>ph</sup>

| **phải không** | 是否／是不是 |
| **phim truyện** | 劇情影片 |
| **pháo hoa** | 煙火／鞭炮 |
| **phong cảnh** | 風景 |

## Anh là giám đốc phải không?

你是經理對嗎？

越語字母的 Ph 音等同英語的 F 音。

「...phải không?」也是一個基本的疑問句型，等同中文在句尾加「對吧？」，成為疑問句。

# Qu

## Qu
## qu

發音 國際音標 [kwə]

**發音重點**

- qu 發音類似中文的「郭」。

Qu ^Qu    qu ^qu

Qu ^Qu    qu ^qu

| | |
|---|---|
| **quảng cáo** | 廣告 |
| **không quân** | 空軍 |
| **quốc gia** | 國家 |
| **quần áo** | 衣服 |

Quyền cao chức trọng.

權高職重。

越語字母 Q 無法單獨與其他元音結合，而是必須加上 u 成為 qu，並發出類似中文「郭」的音。南部方言發音則為 [w]。

由於此一發音特性，因此越語只有 qu 開頭的字，沒有 q、qa、qe、qi、qo 等開頭的字。

# Th

## Th th

發音 國際音標 [tʰə]

### 發音重點

● 類似注音符號ㄊ的聲音。

寫寫看

Th　ᵀʰ　　　th　ᵗʰ

Th　ᵀʰ　　　th　ᵗʰ

同 音

| | |
|---|---|
| **thanh niên** | 青年 |
| **thành phố** | 城市 |
| **thay mặt** | 代表 |
| **thế giới** | 世界 |

說 說 看

Tôi xin thay mặt gia đình cảm ơn giám đốc.

我謹代表家庭感謝經理。

Th 的發音等同英語的 T，發為注音符號ㄊ的聲音。

thế（如此／這樣）是一個常用的字，當別人向你述說某事時，你就可以回答「Thế à!（這樣啊！）」。

# Tr

**Tr**
**tr**

發音 國際音標 [tʒə]

## 發音重點

● 類似注音符號ㄓ加ㄜ的聲音，近似「遮」的音。

**寫 寫 看** · · · · · · · · · · · · · · · · · ·

Tr　Tr　　　tr　tr

Tr　Tr　　　tr　tr

| | |
|---|---|
| **truyện tranh** | 圖畫書 |
| **trang sức** | 飾品 |
| **trung thực** | 忠實／老實 |
| **trình báo** | 呈報 |

**說 說 看**

Treo đầu dê bán thịt chó.

掛羊頭賣狗肉。

與 Ch 相比，Tr 是捲舌音，如同注音符號的ㄗ與ㄓ的差別。

Cảm ơn.
謝謝。

**DAY 4**
**第四天**

# 學習越南語
# 人際關係相關字彙、語法

　　越南是個重視人際與家庭關係的社會，此一特徵也表現在語言上，成為越語的一大特色——以家庭輩分關係來取代人稱代名詞，所以不管是第一、二、三人稱，均按輩分來稱呼。例如，與一個比你大幾歲的男對象對話時，你稱對方為 Anh（兄），自稱 Em（弟）；反之則稱對方為 Em（弟），自稱 Anh（兄）。如果對象可能比你年長許多，則稱其為 Chú（叔叔）、Bác（伯伯）等等。因此，如何運用家庭輩分的人稱代名詞是今天的學習重點。

## 越南語主要的人稱代名詞

|  | 單數 | 複數 |
| --- | --- | --- |
| 第一人稱 | 1.Tôi 我（人稱代名詞）<br>2.Anh 兄（按伯叔兄弟……等輩分自稱） | 1.Chúng tôi 我們 |
| 第二人稱 | 1.Bạn 你（原意為朋友）<br>2.Anh 兄（按伯叔兄弟……等輩分稱呼對方） | 1.Các bạn 你們<br>2.Các anh 兄台們 |
| 第三人稱 | 1.Bạn ấy 他（原意為朋友）<br>2.Anh ấy 那哥哥（按伯叔兄弟……等輩分，並加 ấy） | 1.Các bạn ấy 他們<br>2.Các anh ấy 那些兄台們 |

　　一般而言，越南人較常使用家庭輩分的人稱代名詞，會使人覺得較有禮貌與親近，所以，説越語時要大方的跟對方「稱兄道弟」，不分彼此都是一家人。

# 4.1 家庭成員

## 實用字彙 MP3-044
### 越南語家庭成員相關字彙

| | | | |
|---|---|---|---|
| Ông nội<br>爺爺 | Bà nội<br>奶奶 | Ông ngoại<br>外公 | Bà ngoại<br>外婆 |
| Bố<br>爸爸（北方用語） | Ba<br>爸爸（南方用語） | Mẹ<br>媽媽（北方用語） | Má<br>媽媽（南方用語） |
| Vợ<br>太太 | Bà xã<br>老婆 | Chồng<br>先生 | Ông xã<br>老公 |
| Con trai<br>兒子 | Con gái<br>女兒 | Cháu trai<br>侄兒／孫兒 | Cháu gái<br>侄女／孫女 |
| Anh trai<br>哥哥 | Em trai<br>弟弟 | Chị gái<br>姊姊 | Em gái<br>妹妹 |
| Bác trai<br>伯父 | Bác gái<br>伯母 | Chú<br>叔叔／姑丈 | Cô（註1）<br>姑姑 |
| Dì<br>阿姨 | Dượng<br>姨丈 | Cậu<br>舅舅 | Mợ<br>舅媽 |
| Thím<br>嬸嬸 | Anh họ<br>堂哥／表哥 | Chị họ<br>堂姊／表姊 | Em họ<br>表弟／表妹 |

註 1：Cô 除了姑姑，也可做為小姐／姑娘之意，或者做為女老師之意。

## 實用語法

### 一、基本語法：

越語最基本語為「主語＋謂語」，主語就是要陳述事物的主體，可以是人稱代名詞、名詞或任何事物；而謂語就是用來說明主體是什麼的描述，可以是各式各樣的組合。由於此一基本語法，越語詞句的結構在一些地方會與中文的順序相反：主體詞在前，形容詞或說明詞在後。

例如：bố (của) tôi（我的爸爸），bố（爸爸）是主體，(của) tôi（我的）說明主體（爸爸）是誰的；又如：áo đẹp（漂亮的衣服），áo（衣服）是主體，đẹp（漂亮的）形容主體（衣服）。

bố (của) tôi（我的爸爸）＝ bố（爸爸）＋ (của) tôi（我的）
áo đẹp（漂亮的衣服）＝ áo（衣服）＋ đẹp（漂亮的）

### 二、肯定否定疑問句語法：

肯定句：主語＋ là ＋說明詞
……是……。

否定句：主語＋ không phải là ＋說明詞
……不是……。

疑問句：主語＋ là ＋說明詞＋ phải không?
……是……對吧？

疑問句：主語＋ có phải là ＋説明詞＋ không?

　　　　……是……不是嗎？

例句一

| Bác ấy là bố em. | 那伯伯（他）是我爸爸。 |
| Bác ấy không phải là bố em. | 那伯伯（他）不是我爸爸。 |
| Bác ấy là bố em phải không? | 那伯伯（他）是你爸爸對吧？ |
| Bác ấy có phải là bố em không? | 那伯伯（他）是你爸爸不是嗎？ |

例句二

| Đây là chị tôi. | 這是我姊姊。（Đây〔這〕） |
| Đây không phải là chị tôi. | 這不是我姊姊。 |
| Đây là chị em phải không? | 這是你姊姊對吧？ |
| Đây có phải là chị của em không? | 這是你的姊姊不是嗎？ |

MP3-045

實用成語俗語

**Thuận vợ thuận chồng tát biển Đông cũng cạn.**

家和萬事興。（直譯：夫妻和睦，東海也能汲乾）

**一起來用越語吧！**

1. 那是我姊姊。

   →Kia là _____ .

2. 那是我媽媽。

   →Kia là _____ .

3. 那是你爺爺對吧？

   →Kia là _____ phải không?

4. 這是我阿姨。

   →Đây là _____ .

5. 那不是我爸爸。

   →Kia không phải là _____ .

# 4.2 招呼問候

## 實用字彙 MP3-046

### 越南語招呼問候相關字彙

| | | |
|---|---|---|
| **Xin chào** (註1)<br>哈囉／你好 | **Hỏi thăm**<br>問候 | **Gửi lời hỏi thăm**<br>寄語問候／代為問候 |
| **Chào buổi sáng**<br>早安 | **Chào buổi chiều**<br>午安 | **Chào buổi tối**<br>晚安 |
| **Xin cảm ơn**<br>謝謝 | **Cảm ơn nhiều**<br>多謝 | **Xin lỗi**<br>對不起 |
| **Xin tạm biệt**<br>再見 | **Hẹn gặp lại**<br>再見 | **Chào**<br>再見 |
| **Xin mời** (註2)<br>請 | **Xin hỏi**<br>請問 | **Xin thứ lỗi**<br>請原諒 |
| **Không có gì**<br>沒什麼 | **Đừng khách sáo**<br>別客氣 | **Không sao**<br>沒關係 |
| **Sức khỏe**<br>身體情況 | **Khỏe**<br>健康 | **Không khỏe**<br>不好 |
| **Bình thường**<br>平常／普通／正常 | **Bị ốm / bệnh**<br>生病 | **Còn**<br>那／還 |
| **Rất**<br>很（置於狀況詞前） | **Lắm**<br>很（置於狀況詞後） | **Hơi**<br>一點點 |

| Ăn cơm | Người yêu | Sẽ |
|--------|-----------|-----|
| 吃飯 | 愛人 | 將 |

| **Chưa** | **Đã** | **Rồi** |
|----------|--------|---------|
| 尚未 | 已經（置於狀況詞前） | 已經（置於狀況詞後） |

註 1：Xin chào 是見面或分手時的致意詞，一般碰面時一定先說聲 Xin chào，意即「哈囉」或「你好」；而在要離開時也會說聲 Xin chào 或 Chào，意即「再見」。

註 2：越南人用餐時一定會先對同桌的人說聲 Xin mời，意即「請用」。

## 實用語法

### 一、「問人名字」的語法：

問句：人稱代名詞＋ tên là gì?

　　　……叫什麼名字？

回答：人稱代名詞＋ tên là...

　　　……叫……。

例句

**Chị tên là gì?**　　　　　　妳叫什麼名字？

**Tôi tên là Hương.**　　　　　我叫香。

## 二、「問人身體好不好」的語法：

問句：人稱代名詞＋ có khỏe không?

……身體好嗎（有健康嗎）？

回答：人稱代名詞＋狀況詞 , còn ＋人稱代名詞？

……狀況詞，那……？

例句

Anh có khỏe không?　　　　　　　你身體健康嗎？

Tôi bình thường, còn chị?　　　　　我平常（我還好），那妳呢？

## 三、「問人有沒有什麼／做什麼了沒」的語法：

問句：人稱代名詞＋ có / 動詞＋補語＋ chưa?

……有／動詞……了沒？

回答：人稱代名詞＋ đã có / 動詞＋補語＋ rồi.

……有／動詞……了。

人稱代名詞＋ chưa có / 動詞＋補語

……還沒有／動詞……。

例句

Cháu có người yêu chưa?　　　　　你有愛人了沒？

Cháu chưa có ạ.　　　　　　　　　我還沒有啊！

| | |
|---|---|
| Chị ăn cơm chưa? | 妳吃飯了沒？ |
| Chị ăn rồi. | 我吃了。 |

※ **注意：** 當補語屬於「目前還沒有、但以後可能會有」的事物時，用 chưa（還沒／尚未）來詢問；如果補語事物的性質僅存在於「有」或「沒有」，則用 không 來詢問。例如：đi chưa（要去沒〔可能要去了／再等一會兒再出發〕）；đi không（去不去〔二選一〕）。越南人常常為了表達關心與親切，會問一些私人的問題。

MP3-047

**─── 實用成語俗語 ───**

**Lời chào cao hơn mâm cỗ.**
一聲問好勝過一頓飯。（意思有點像「伸手不打笑臉人」，如果你懂得跟別人問好，別人一定對你有好印象）

## 一起來用越語吧！

1. 嗨！叔叔你身體好嗎？（直譯：叔叔你有健康沒有？）
   謝謝！我還好。

   →**Xin chào! Chú _____ không?**

   **Xin cảm ơn! Chú _____ .**

2. 妹妹妳吃飯了沒？
   我還沒吃飯，你呢？

   →**Em _____ chưa?**

   **Em _____ , còn chị?**

3. 大哥你有女朋友了沒？
   我已經有女朋友了。

   →**Anh có _____ chưa?**

   **Tôi có bạn gái _____ .**

4. 阿姨妳身體好嗎？（直譯：阿姨妳有健康沒有？）
   我生病了。

   →**Dì có khỏe _____ ?**

   **Dì _____ rồi.**

5. 對不起！
   沒關係！

   → **_____ !**

   **_____ !**

# 4.3 國籍地名

**實用字彙** MP3-048

**越南語國籍地名相關字彙**

| Đài Loan<br>台灣 | Đài Bắc<br>台北 | Cao Hùng<br>高雄 | Đài Trung<br>台中 |
| --- | --- | --- | --- |
| Việt Nam<br>越南 | Hà Nội<br>河內 | Thành phố<br>Hồ Chí Minh<br>胡志明市 | Sài Gòn<br>西貢<br>（胡志明市舊名） |
| Nhật Bản<br>日本 | Hàn Quốc<br>韓國 | Trung Quốc<br>中國 | Mỹ<br>美國 |
| Thái Lan<br>泰國 | Lào<br>寮國 | Cămpuchia<br>柬埔寨 | Malaixia<br>馬來西亞 |
| Inđônêxia<br>印尼 | Philipin<br>菲律賓 | Singapo<br>新加坡 | Úc<br>澳洲 |
| Pháp<br>法國 | Anh<br>英國 | Đức<br>德國 | Nga<br>俄國 |
| Ấn Độ<br>印度 | Tây Ban Nha<br>西班牙 | Áo<br>奧地利 | Bỉ<br>比利時 |
| Châu Mỹ<br>美洲 | Châu Âu<br>歐洲 | Châu Phi<br>非洲 | Châu Á<br>亞洲 |

**實用語法**

## 一、「問對方是哪國人或哪裡人」的語法：

人稱代名詞＋ là người nước nào?　　　……是哪國人？

人稱代名詞＋ là người <u>nơi nào</u> / <u>ở đâu</u>?　　……是哪裡人？

例句

Xin hỏi, anh là người nào?　　　　　請問你是哪國人？

Tôi là người Đài Loan.　　　　　　　我是台灣人。

Xin hỏi, em là người ở đâu?　　　　　請問你是哪裡人？

Em là người Hà Nội.　　　　　　　　我是河內人。


## 二、「問對方會不會說哪國語言」的語法：

人稱代名詞＋ biết nói tiếng ＋國名＋ không?

……會說……國語言嗎？

人稱代名詞＋ biết nói tiếng gì?

……會說什麼語言？

例句

Anh biết nói tiếng Việt không?　　　　你會說越語嗎？

Tôi chưa biết nói tiếng Việt.　　　　　我還不會說越語。

Anh biết nói tiếng gì?　　　　　　　　你會說什麼語言？

Tôi biết nói tiếng Việt và tiếng Trung.　我會說越語和中文。

胡志明市為越南第一大都市,也是越南的經貿重鎮及文化中心。

MP3-**049**

**實用成語俗語**

**Ăn cơm Tàu, ở nhà Tây, lấy vợ Nhật.**

吃中式料理,住西式洋房,娶日本老婆。(越南人也稱中國為
Tàu,並認為中國料理最好,西方洋房最棒,日本女人最溫柔,
因此有這句俗語)

## 一起來用越語吧！

1. 她是美國人。

→**Chị ấy là người _____** .

2. 我是台灣人。

→**Tôi là người _____** .

3. 他是日本人。

→**Em ấy là người _____** .

4. 那伯伯是韓國人。

→**Bác ấy là người _____** .

5. 那小姐是越南人。

→**Cô ấy là người _____** .

## 4.4 行業職稱

**實用字彙** MP3-050

**越南語行業職稱相關字彙**

| | | | |
|---|---|---|---|
| **Học sinh**<br>學生 | **Sinh viên**<br>大學生（生員） | **Nghiên cứu sinh**<br>研究生 | **Thầy / Cô giáo**<br>老師／女老師 |
| **Viên chức**<br>公務人員 | **Giáo viên**<br>教師（教員） | **Nông dân**<br>農民 | **Công nhân**<br>工人 |
| **Giáo sư**<br>教授 | **Về hưu**<br>退休 | **Thất nghiệp**<br>失業 | **Nội trợ**<br>家庭主婦（內助） |
| **Bán hàng**<br>賣東西 | **Kinh doanh**<br>經營 | **Thương nhân**<br>商人 | **Người lính**<br>軍人 |
| **Kỹ sư**<br>技師 | **Lái xe**<br>駕駛 | **Bác sỹ**<br>醫生 | **Y tá**<br>護理師 |
| **Luật sư**<br>律師 | **Họa sỹ**<br>畫家 | **Ca sỹ**<br>歌手 | **Diễn viên**<br>演員 |
| **Người mẫu**<br>模特兒 | **Công an (Cảnh sát)**<br>公安（警察） | **Tiếp viên hàng không**<br>空服員 | **Marketing**<br>行銷員 |
| **Giám đốc**<br>經理／主管 | **Sếp**<br>老闆 | **Trưởng phòng**<br>科長／室長 | **Nhân viên**<br>人員 |
| **Tổng giám đốc**<br>總經理 | **Phó giám đốc**<br>副經理 | **Chủ tịch**<br>主席 | **Thư ký**<br>秘書 |

## 實用語法

### 一、「問對方什麼職業」的語法：

問句：Xin lỗi, 人稱代名詞＋làm nghề gì?

對不起，……從事什麼行業／做什麼事？

回答：人稱代名詞＋là＋職業名稱.

……是……。

例句

Xin lỗi, bạn làm nghề gì?　　　　　　對不起，你從事什麼行業？
Tôi là công nhân.　　　　　　　　　我是工人。

### 二、「問對方是不是什麼」的語法：

問句：Xin lỗi, 人稱代名詞＋có phải là＋職業名稱？

對不起，……是不是做……的？

回答：Vâng, 人稱代名詞＋là＋職業名稱.

是的，……是……。

Không, 人稱代名詞＋không phải là＋職業名稱.

不，……不是……。

例句

Xin lỗi, bạn có phải là công nhân?　　對不起，你是不是工人？
Vâng, tôi là công nhân.　　　　　　是，我是工人。
Không, tôi không phải là công nhân.　不，我不是工人。

胡志明市歌劇院由法國人所修建，於 1898 年動工，1900 年落成。

**實用成語俗語**

**Nhất nghệ tinh, nhất thân vinh.**

一藝精，一世榮。

## 一起來用越語吧！

1. 我爸爸是醫生。
   →**Bố tôi là** _____ .

2. 那位女士是警察。
   →**Bà ấy là** _____ .

3. 她是教師。
   →**Chị ấy là** _____ .

4. 我媽媽是歌手
   →**Mẹ tôi là** _____ .

5. 我姊姊是律師。
   →**Chị tôi là** _____ .

**Ngon quá.**
好吃。

# 學習越南語
# 數字相關字彙、語法

越語的數字有兩種表示方式，一種是「純越語數字」，我們今天會學習到。另一種是「漢越音數字」，源自中國，如下表，使用方式同中文，但是目前僅在文言文中或一些成語俗語中才會見到。

## 漢越音數字

| Nhất<br>一 | Nhị<br>二 | Tam<br>三 | Tứ<br>四 | Ngũ<br>五 | Lục<br>六 | Thất<br>七 |
|---|---|---|---|---|---|---|
| Bát<br>八 | Cửu<br>九 | Thập<br>十 | Bách<br>百 | Thiên<br>千 | Vạn<br>萬 | Linh<br>零 |

越語常用的數字表示方式同拉丁語系，採用千進位制，亦即在千以上的位數為：1 nghìn（1千）、10 nghìn（1萬）、100 nghìn（10萬），1 triệu（100萬）、10 triệu（1000萬）、100 triệu（1億），1 tỷ（10億）…… 等。這是在轉換中、越語數字時必須注意的地方。

# 5.1 數字計算

## 實用字彙 MP3-052

### 純越語數字及相關字彙

| Không | Một | Hai | Ba | Bốn |
|---|---|---|---|---|
| 0 | 1 | 2 | 3 | 4 |
| Năm | Sáu | Bảy | Tám | Chín |
| 5 | 6 | 7 | 8 | 9 |
| Mười | Mười một | Mười hai | Mười ba | Mười bốn |
| 10 | 11 | 12 | 13 | 14 |
| Mười lăm | Mười sáu | Mười bảy | Mười tám | Mười chín |
| 15 | 16 | 17 | 18 | 19 |
| Hai mươi | Hai (mươi) mốt | Hai (mươi) hai | Hai (mươi) ba | Hai (mươi) bốn |
| 20 | 21 | 22 | 23 | 24 |
| Hai (mươi) lăm / nhăm | Hai (mươi) sáu | Hai (mươi) bảy | Hai (mươi) tám | Hai (mươi) chín |
| 25 | 26 | 27 | 28 | 29 |
| Ba mươi | Bốn mươi | Năm mươi | Sáu mươi | Bảy mươi |
| 30 | 40 | 50 | 60 | 70 |
| Tám mươi | Chín mươi | Một trăm | Một trăm linh (lẻ) một | Hai trăm |
| 80 | 90 | 100 | 101 | 200 |

| Một nghìn / ngàn 1,000 | Mười nghìn 10,000 | Một trăm nghìn 100,000 | Một triệu 1,000,000 | Một tỷ 1,000,000,000 |
| --- | --- | --- | --- | --- |
| Cộng 加 | Trừ 減 | Nhân 乘 | Chia 除 | Là 等於 |

## 越語數字的唸法

越語數字的唸法，在一些情況下，部分數字將會轉變唸法，主要如下：

1. 從 20 開始，「mười（10）」由玄聲「mười」轉為平聲「mươi」，例如：hai **mươi**（20）、ba **mươi**（30）、bốn **mươi** sáu（46）……。

2. 從 21 開始，「một（1）」由重聲「một」轉為銳聲「mốt」，例如：hai mươi **mốt**（21）、ba mươi **mốt**（31）……。

3. 從 24 開始，「bốn（4）」可以唸做「tư」，例如：24 可以唸做 hai bốn，也可以唸做 hai tư。

4. 從 15 開始，5 由「năm」變為「lăm」；從 25 以上，5 由「năm」變為「lăm / nhăm」，例如：mười **lăm**（15）、hai mươi **lăm / nhăm**（25）、năm **lăm / nhăm**（55）……。

MP3-053

┌─ **實用成語俗語** ─

**Nhất vợ nhì trời.**

妻為大，次為天。

**一起來用越語吧！**

1.20 加 3 等於 ＿＿＿＿＿＿＿＿ 。

  →**Hai mươi cộng ba là ＿＿＿＿＿＿＿＿ .**

2.6 加 7 等於 ＿＿＿＿＿＿＿＿ 。

  →**Sáu cộng bảy là ＿＿＿＿＿＿＿ .**

3.28 除以 2 等於 ＿＿＿＿＿＿＿＿ 。

  →**Hai tám chia hai là ＿＿＿＿＿＿＿ .**

4.10 乘 8 等於 ＿＿＿＿＿＿＿＿ 。

  →**Mười nhân tám là ＿＿＿＿＿＿＿ .**

5.27 減 16 等於 ＿＿＿＿＿＿＿＿ 。

  →**Hai bảy trừ mười sáu là ＿＿＿＿＿＿＿ .**

# 5.2 時間日期

## 實用字彙 MP3-054

### 越南語時間相關字彙

| Bây giờ<br>現在 | Giờ /<br>Tiếng<br>時／點 | Phút<br>分 | Giây<br>秒 | Ngày<br>日 | Tháng<br>月 | Năm<br>年 |
|---|---|---|---|---|---|---|
| Ban ngày<br>白天 | Ban đêm<br>晚上 | Nửa đêm<br>半夜 | Buổi sáng<br>早上 | Buổi trưa<br>中午 | Buổi chiều<br>下午 | Buổi tối<br>晚上 |
| Thứ hai<br>星期一 | Thứ ba<br>星期二 | Thứ tư<br>星期三 | Thứ năm<br>星期四 | Thứ sáu<br>星期五 | Thứ bảy<br>星期六 | Chủ nhật<br>星期日 |
| Hôm kia<br>前天 | Hôm qua<br>昨天 | Hôm nay<br>今天 | Ngày mai<br>明天 | Ngày kia<br>後天 | Ba ngày sau<br>3 天後 | |
| Tháng trước<br>上個月 | Tháng này<br>這個月 | Tháng sau<br>下個月 | Năm ngoái<br>去年 | Năm nay<br>今年 | Sang năm<br>明年 | |
| Tuần<br>週 | Tuần này<br>這週 | | Tuần trước<br>上週 | | Tuần sau<br>下週 | |

| Ngày mồng 1~10<br>1 ～ 10 日 | Ngày 11~31<br>11 ～ 31 日 | Tháng 1~12<br>1 月～ 12 月 |
| --- | --- | --- |

| Đồng hồ<br>鐘錶 | Âm lịch<br>農曆 | Dương lịch<br>陽曆 | Lịch<br>日曆 |
| --- | --- | --- | --- |

## 實用語法

### 一、表達「時、分」的語法：

越語表達「時、分」的方式與中文相同，一般以幾點幾分幾秒來表示，30 分時也會說「rưỡi（半）」，例如：

| | |
| --- | --- |
| Hai giờ hai mươi (phút) | 2 點 20（分） |
| Mười hai giờ | 12 點 |
| Năm giờ ba mươi (phút) | 5 點 30（分） |
| Năm (giờ) rưỡi | 5 點半 |

### 二、表達「日期」的語法：

越語中，日期的排列方式與中文相反，越語是採由小到大的方式，並且是先說日再說數字：

Ngày___Tháng___Năm___

（__日__月__年）

例句

Sinh nhật của tôi là ngày 24 tháng 9 năm 1973.
我的生日是 1973 年 9 月 24 日。

### 三、問「時間」的語法：

例句

| | | |
|---|---|---|
| 問時刻：Bây giờ là mấy giờ? | 現在是幾點？ |
| 問日期：Hôm nay là ngày bao nhiêu? | 今天是幾號？ |
| 問星期：Hôm nay là (ngày) thứ mấy? | 今天星期幾？ |
| 只問月：Tháng này là tháng mấy? | 這個月是幾月？ |
| 只問年：Năm nay là năm bao nhiêu? | 今年是何年？ |

### 四、表達「什麼時候做什麼」的語法：

...lúc ＋時間　　　　　　　　……時……

例句

Anh ăn cơm lúc 7 giờ.　　　　我 7 點時吃飯。

### 五、表達「次序」的語法：

　　越語中表示次序為「thứ ＋數字」，例如：thứ hai（第二）。但是，由於「第一」有其特殊性，因此不以 thứ một 表示，而是以漢越語取代，為 thứ nhất（第一）。此外，在表示名次時，第一名、第二名均以漢越語取代，為 giải nhất（第一名）、giải nhì（第二名），第三名後則恢復使用純越語數字，例如：giải ba（第三名）。

胡志明市郵政總局為法國殖民時期的第一座郵局,現仍為越南著名地標,
吸引許多遊客前來觀光。

MP3-055

**實用成語俗語**

**Mồng một Tết cha, mồng hai Tết mẹ, mồng ba Tết thầy.**

初一父輩、初二母輩、初三師輩。

(越南也習慣過農曆春節,並且也有拜年習俗,一般而言,大年
初一是跟父輩的親友團圓,初二跟母輩的親友會面,初三則跟師
輩的朋友們拜年)

## 一起來用越語吧！

1. 今天是 _____ 月_____ 日。

   →**Hôm nay là ngày _____ tháng _____.**

**Hôm nay**

2. 現在是 _____ 。

   →**Bây giờ là _____.**

3. 你的生日是幾號？

   →**Sinh nhật của bạn là _____?**

4. 下星期二是 _____ 日。

   →**Thứ ba tuần sau là ngày _____.**

5. _____ 有 31 天。

   →**_____có 31 ngày.**

# 5.3 年齡節日

## 實用字彙 MP3-056

### 越南語年齡、節日相關字彙

| | | | | | |
|---|---|---|---|---|---|
| Tuổi<br>年齡 | Già<br>老 | Trẻ<br>年輕 | Trẻ con<br>小孩 | Ông già<br>老年人 | Thọ<br>長壽 |
| Tuổi chuột<br>屬鼠 | Tuổi trâu<br>屬牛 | Tuổi hổ<br>屬虎 | Tuổi mèo<br>屬貓 | Tuổi rồng<br>屬龍 | Tuổi rắn<br>屬蛇 |
| Tuổi ngựa<br>屬馬 | Tuổi dê<br>屬羊 | Tuổi khỉ<br>屬猴 | Tuổi gà<br>屬雞 | Tuổi chó<br>屬狗 | Tuổi lợn<br>屬豬 |
| Mùa xuân<br>春季 | Mùa hạ<br>夏季 | Mùa thu<br>秋季 | Mùa đông<br>冬季 | Mùa mưa<br>雨季 | Mùa khô<br>旱季 |

| | | | |
|---|---|---|---|
| Năm mới<br>新年 | Nghỉ tết<br>農曆年假 | Tết Nguyên Đán<br>農曆元旦／春節 | Ngày Quốc khánh<br>國慶日 |
| Ngày phụ nữ<br>婦女節 | Tết Đoan ngọ<br>端午節 | Tết Trung thu<br>中秋節 | Ông Táo chầu trời<br>送灶王 |
| Nghỉ hè<br>暑假 | Nghỉ đông<br>寒假 | Ngày nghỉ<br>假日 | Ngày lễ<br>節日 |

DAY 5
第五天

## 實用語法

### 一、問「別人年齡」的語法：

人稱代名詞＋ năm nay ＋ <u>bao nhiêu / mấy</u> tuổi?　　……幾歲？

（一般對於可能不到 10 歲的孩童，用「...mấy tuổi?」）

例句

Anh năm nay bao nhiêu tuổi?　　你今年幾歲？

### 二、問「哪一年出生、生肖」的語法：

越南人喜歡問對方哪一年出生、或者是屬什麼生肖（越南也是 12 生肖，但是以貓取代兔），其語法為：

主語＋ sinh ＋ năm nào?　　……哪一年出生？

主語＋ tuổi gì?　　……屬什麼生肖？

例句

Bạn sinh năm nào?　　你哪一年出生？

Bạn tuổi gì?　　你屬什麼（生肖）？

### 三、表達「比較」的語法：

A ＋形容詞＋ hơn ＋ B（＋程度副詞）　　A 比 B……

例句

Anh ấy già hơn tôi (nhiều).　　他比我老（得多）。

**四、有關「時態」的語法：**

主語＋ đã ＋説明詞 ⋯⋯已經⋯⋯

主語＋ đang ＋説明詞 ⋯⋯正⋯⋯

主語＋ sắp ＋説明詞 ⋯⋯快要⋯⋯

主語＋ sẽ ＋説明詞 ⋯⋯將要⋯⋯

例句

Mùa xuân đã đến rồi. 春天已經到了。

Mùa xuân đang đến. 春天正來臨。

Mùa xuân sắp đến rồi. 春天快要到了。

Mùa xuân sẽ đến thôi. 春天將會到的。

MP3-**057**

─┐ **實用成語俗語** ├─

**Đêm tháng 5 chưa nằm đã sáng, ngày tháng 10 chưa cười đã tối.**

10 月後還沒笑就已天黑，5 月後還沒躺就已天亮。

一起來用越語吧！

1. 請問你屬什麼？

   我屬牛。

   →**Xin hỏi, bạn tuổi gì?**

   **Tôi tuổi _____.**

2. 9 月是什麼季節？

   9 月是秋季。

   →**Tháng 9 là mùa gì?**

   **Tháng 9 là _____.**

3. 農曆 8 月 15 日是中秋節。

   →**15 tháng 8 âm lịch là Tết _____.**

4. 今天是 1 月 1 日。新年快到了。

   →**Hôm nay là 1 tháng 1. _____đã đến rồi.**

5. 現在是 7 月，已經是夏季了。

   →**Bây giờ là tháng 7, đã là mùa _____ rồi.**

# 5.4 錢幣買賣

## 實用字彙 MP3-058

### 越南語買賣相關字彙

| Mua<br>買 | Bán<br>賣 | Đắt<br>貴 | Rẻ<br>便宜 |
|---|---|---|---|
| Giá tiền<br>價錢 | Giá tiền hợp lý<br>價錢合理 | Mặc cả<br>討價還價 | Đồng xu<br>銅幣／硬幣 |
| Giảm giá<br>降價 | Tổng cộng<br>總共 | Thanh toán /<br>Tính tiền<br>結帳／算帳 | Hóa đơn /<br>Biên lai<br>收據 |
| Tiền<br>錢 | Ngân hàng<br>銀行 | Bưu điện<br>郵局 | Tài khoản<br>帳戶 |
| Gửi tiền<br>存款 | Rút tiền<br>提款 | Đổi tiền<br>匯兌 | Tỷ giá ngoại tệ<br>外幣匯率 |
| Đồng Việt Nam<br>越盾 | Đài tệ<br>台幣 | Đô la Mỹ<br>美金 | Vàng<br>黃金 |
| Bảng Anh<br>英鎊 | Nhân dân tệ<br>人民幣 | Đồng Euro<br>歐元 | Đồng Yên<br>日幣 |
| Đồng Rúp<br>盧布 | Chi phiếu<br>支票 | Chuyển tiền<br>匯款 | Lãi suất<br>利息／利率 |

## 實用語法

### 一、問「東西價錢」的語法：

| | |
|---|---|
| ...<u>bán</u> / <u>giá</u> thế nào? | ……如何賣／價錢如何？ |
| ...bao nhiêu tiền? | ……多少錢？ |

例句

| | |
|---|---|
| Cái này bán thế nào? | 這個怎麼賣？ |
| Cái này giá thế nào? | 這個價錢怎麼樣？ |
| Cái này bao nhiêu tiền? | 這個多少錢？ |

### 二、程度副詞「rất（很）、lắm（太）、quá（過於）」的語法：

| | |
|---|---|
| Rất ＋形容詞 | 很…… |
| 形容詞＋ quá / lắm | 太…… |
| Quá ＋形容詞 | 過於…… |

例句

| | |
|---|---|
| rất đắt | 很貴 |
| đắt quá / lắm | 太貴 |
| quá đắt | 過於貴 |

### 三、表達「有……／可以……嗎？」的語法：

| | |
|---|---|
| Có... không? | 有……嗎？ |
| Có... được không? | 可以……嗎？ |

**例句**

Ở đây có đổi tiền không?　　　　　　　　在這裡有換錢嗎？

Cái này có rẻ hơn được không?　　　　　這個可以便宜些嗎？

## 四、有關「換錢」的語法：

　　đổi tiền A sang tiền B　　　　　　　換 A 幣為 B 幣

**例句**

Xin cho tôi đổi **Đô la Mỹ** sang **Đồng Việt Nam.**　請幫我換**美元**為**越盾**。

## 五、有關「開帳戶」的語法：

　　**Mở + tài khoản**　　　　　　　　開帳戶／開戶頭

**例句**

Xin cho tôi mở tài khoản.　　　　　　請讓我開帳戶。

Tôi muốn mở tài khoản.　　　　　　　我想開帳戶。

## 六、有關「結帳及付錢」的語法：

　　tính tiền　　　　　　　　　　　　結帳／算錢

　　gửi tiền　　　　　　　　　　　　給錢／付錢（在銀行存款也用 gửi tiền）

**例句**

Xin tính tiền, tổng cộng bao nhiêu tiền?　請結帳，總共多少錢？

Xin gửi tiền.　　　　　　　　　　　給錢。

還劍湖位於河內市中心，原名綠水湖，是越南著名景點之一。

MP3-059

**實用成語俗語**

**Phi thương bất phú.**
非商不富。

**Của rẻ là của ôi.**
便宜沒好貨。

## 一起來用越語吧！

1. 我想換台幣為越盾。

   →**Tôi muốn _____ sang _____.**

2. 郵局可以換錢嗎？

   →**_____ có đổi tiền được không?**

3. 這個太貴。

   →**Cái này _____ quá.**

4. 我想買這個。

   →**Tôi muốn _____ cái này.**

5. 我想去銀行提款。

   →**Tôi muốn đi _____ rút tiền.**

Hẹn gặp lại.
再見。

# 學習越南語
# 日常相關字彙、語法

　　越語跟中文一樣，在日常生活中常會遇到各式各樣的複雜量詞。因此，在學習今天的內容前，先介紹一些常見的越語量詞。一般而言，越語的量詞用法與中文大致相同，置於名詞之前、數字之後，例如：5 con chó（5 隻狗）、3 quả xoài（3 顆芒果）。更特別的是，越語通常會直接在名詞前加上量詞，並視為一個完整詞語，例如，chó 是狗，但一般會說 con chó，此時不可翻譯為「隻狗」，而僅譯為「狗」。

## 越南語常見的量詞

| Con<br>隻／個<br>（動物類，含人）<br>例 Con hổ 老虎 | Cái<br>個（無生命事物類）<br>例 Cái điện thoại<br>電話 | Cây<br>株／棵（植物類）<br>例 Cây tùng 松樹 | Quả<br>顆（水果類）<br>例 Quả xoài 芒果 |
|---|---|---|---|
| Cuốn / Quyển<br>本（書籍類）<br>例 Quyển từ điển<br>辭典 | Tờ<br>張（紙張類）<br>例 Tờ giấy 紙張 | Bức<br>幅（圖畫類）<br>例 Bức tường 牆壁 | Món<br>道（菜）／筆（錢）<br>例 Món phở 河粉 |

# 6.1 天氣變化

## 實用字彙 MP3-060

### 越南語天氣、自然相關字彙

| | | | |
|---|---|---|---|
| Trời<br>天 | Mặt trời<br>太陽 | Mặt trăng<br>月亮 | Ngôi sao<br>星辰 |
| Nóng<br>熱 | Lạnh / Rét<br>冷 | Mát<br>涼爽 | Bí<br>悶 |
| Gió<br>風 | Mưa<br>下雨 | Nắng<br>晴朗 | Tuyết<br>雪 |
| Ẩm ướt<br>潮濕 | Khô<br>乾燥 | Gió mạnh<br>風大 | Mưa to<br>大雨 |
| Bão<br>颱風 | Phơi nắng<br>曬太陽 | Mù<br>霧 | Ngập nước<br>淹水 |
| Không khí<br>空氣 | Hỏa hoạn<br>火災 | Nạn lụt<br>水災 | Hạn hán<br>旱災 |
| Mây<br>雲 | Nước<br>水 | Lửa<br>火 | Biển / Hải<br>海 |
| Hồ<br>湖 | Sông<br>河 | Núi<br>山 | Gió mùa<br>季風 |

## 實用語法

### 一、「表達天氣狀況」的語法：

Trời ＋形容詞　　　　　　　　　天氣……

例句

| Hôm nay trời nóng. | 今天天氣熱。 |
| Hôm nay trời rất nóng. | 今天天氣很熱。 |
| Hôm nay trời hơi nóng. | 今天天氣有點熱。 |

### 二、「詢問天氣狀況」的語法：

Thời tiết thế nào?　　　　　　　天氣如何？

例句

Mùa thu thời tiết thế nào?　　　秋天天氣如何？

### 三、表達「天氣變化」的語法：

Trời ＋ trở ＋形容詞　　　　　　天氣轉……

例句

Mùa đông trời sẽ trở lạnh.　　　冬天天氣將轉冷。

## 四、表達「最高級」的語法：

... nhất　　　　　　　　　　　　最……

例句

Tháng 7 trời nóng nhất.　　　　　7 月天氣最熱。

## 五、表達「相反性句子」的語法：

Tuy / mặc dù..., nhưng...　　　　雖然／儘管……，但是……

例句

Tuy bây giờ là mùa đông, nhưng trời không lạnh.

雖然現在是冬天，但是天氣不冷。

MP3-061

**實用成語俗語**

**Chuồn chuồn bay thấp thì mưa, bay cao thì nắng, bay vừa thì râm.**

蜻蜓飛得低就要下雨，飛得高就晴朗，飛得不高不低就陰天。

**Mặt trăng má đỏ, trời đã sắp mưa.**

月亮紅暈暈，老天快下雨。

## 一起來用越語吧！

1. 中秋節過後天氣將會轉冷。

   →**Sau tết Trung Thu trời sẽ trở _____ .**

2. 明天將會有颱風。

   →**Ngày mai trời sẽ có _____ .**

3. 台灣天氣最熱是攝氏 39 度。

   →**Thời tiết Đài Loan _____ là 39℃ .**

4. 儘管下雨，但是我仍去上學。

   →**_____ trời mưa, _____ em vẫn đi học.**

5. 在越南冬天最冷。

   →**Ở Việt Nam mùa đông _____ .**

# 6.2 餐飲料理

**實用字彙** MP3-062

### 越南語餐飲相關字彙

| Đồ ăn | Đồ uống | Rau | Thịt |
|---|---|---|---|
| 食物 | 飲料 | 菜 | 肉 |

| Cá | Cơm | Đói | No |
|---|---|---|---|
| 魚 | 飯 | 餓 | 飽 |

| Ăn | Uống | Nuốt | Khát nước |
|---|---|---|---|
| 吃 | 喝 | 吞 | 口渴 |

| Ngon | Chua | Ngọt | Đắng |
|---|---|---|---|
| 好吃 | 酸 | 甜 | 苦 |

| Cay | Thực đơn | Gọi | Phở bò |
|---|---|---|---|
| 辣 | 菜單 | 叫／點（菜） | 牛肉河粉 |

| Hủ tiếu | Nem rán / Chả giò（北／南越用語） | Nem cuốn / Gỏi cuốn（北／南越用語） | Bún chả |
|---|---|---|---|
| 粿條 | 炸春捲 | 生春捲 | 烤肉米線 |

| Miến lươn | Bún bò Huế | Nước cam | Cà phê |
|---|---|---|---|
| 鱔魚冬粉 | 順化牛肉米線 | 柳丁汁 | 咖啡 |

| | | | |
|---|---|---|---|
| **Bia hơi** <br> 生啤酒 | **Đũa** <br> 筷子 | **Đĩa** <br> 盤子 | **Thìa** <br> 湯匙 |
| **Bát / Chén** <br> （北／南越用語） <br> 碗 | **Cốc / Ly** <br> （北／南越用語） <br> 杯 | **Ăn chay** <br> 吃素 | **Đá** <br> 冰塊 |

## 實用語法

### 一、「ăn（吃）、uống（喝）」的語法：

ăn（吃）、uống（喝）的用法基本上與中文相同，例如：ăn cơm（吃飯）、uống nước（喝水），但是吃藥不用 ăn（吃）而是用 uống（喝），寫成 uống thuốc（吃藥）。此外，「ăn」更是一個有趣的字，可以接許多字，成為一個特殊詞語，例如：ăn xin（行乞）、ăn ý（有默契）、ăn trộm（偷竊）、ăn mày（乞丐）、ăn gian（耍賴／耍奸）、ăn nói（談吐）……等等。

### 二、「đi」的語法：

Đi + 動詞　　　　　　　　去……
(hãy) 動詞＋ đi　　　　　　……吧

例句

| | | | |
|---|---|---|---|
| Đi chơi | 去玩 | Đi ăn cơm | 去吃飯 |
| (hãy) ăn đi | 吃吧 | (hãy) uống đi | 喝吧 |

## 三、「thêm / nữa / thêm... nữa（還要再加……）」的語法：

　　thêm、nữa、thêm... nữa 都是「還要再加 ......」的意思。其中，thêm 置於動詞之後，nữa 置於句尾，或者也可以 thêm... nữa 一起使用。

**例句**

| | |
|---|---|
| Tôi muốn ăn thêm một bát cơm. | 我想再吃一碗飯。 |
| Tôi muốn ăn một bát cơm nữa. | 我想再吃一碗飯。 |
| Tôi muốn ăn thêm một bát cơm nữa. | 我想再吃一碗飯。 |

## 四、「不要……」的語法：

　　在餐館，當要請店家在菜餚或水中不要添加某樣東西時，可以用 Đừng cho（別放），或者 Đừng thêm（別加），反之則用 cho thêm（再加）。例如：Đừng cho mì chính（不要放味精）；Đừng cho đá（不要放冰塊）；Đừng cho rau thơm（不要放香菜）；Xin cho thêm ớt（請再加點辣椒）。

MP3-063

**實用成語俗語**

### Ăn một bát cháo chạy ba quãng đồng.
事倍功半。（直譯：為了吃一碗稀飯要跑三里路）

### Ăn miếng trả miếng.
以牙還牙。（直譯：吃一口還一口）

一起來用越語吧！

1. 我想叫碗牛肉河粉。

   →Tôi muốn gọi một bát _____ .

2. 這炸春捲好吃極了。

   →Nem rán này _____ .

3. 你要喝什麼嗎？

   請給我一罐啤酒。

   →Bạn uống gì không?

   Cho em xin một lon _____ .

4. 這鱔魚冬粉很好吃。

   → _____ này rất ngon.

5. 太餓了，去吃飯吧！

   →Đói quá rồi, đi ăn _____ đi!

# 6.3 衣服顏色

## 實用字彙 MP3-064

### 越南語衣服、顏色相關字彙

| | | | |
|---|---|---|---|
| Màu trắng<br>白色 | Màu đen<br>黑色（倒楣色） | Màu xanh lam<br>藍色 | Màu xanh lá cây<br>綠色 |
| Màu đỏ<br>紅色（喜色） | Màu tím<br>紫色 | Màu vàng<br>黃色 | Màu cam<br>橘色 |
| Mặc<br>穿 | Đội<br>戴 | Đeo / Mang<br>（北／南越用語）<br>帶 | Áo sơ mi<br>襯衫 |
| Áo len<br>毛衣 | Mũ / Nón*<br>（北／南越用語）<br>帽子 | Bộ comple<br>西裝 | Kính<br>眼鏡 |
| Quần dài<br>長褲 | Quần cộc<br>短褲 | Váy / Đầm<br>（北／南越用語）<br>裙子 | Khăn quàng<br>圍巾 |
| Áo dài<br>長衫（越南國服） | Áo lót<br>內衣 | Tất / Vớ<br>（北／南越用語）<br>襪子 | Giày<br>鞋子 |

Vòng tai
耳環

Túi / Giỏ
（北／南越用語）
手提包

Áo mưa
雨衣

Dây chuyền
項鍊

Ví / Bóp
（北／南越用語）
皮夾

Đẹp
漂亮

Xấu
醜

Dễ thương
可愛

Béo / Mập
（北／南越用語）
胖

Gầy / Ốm
（北／南越用語）
瘦

Cao
高

Lùn / Thấp
矮

＊北越的 Mũ 是「帽子」、Nón 是「斗笠」，南越的「帽子」跟「斗笠」都是 Nón。

## 實用語法

### 一、穿戴衣物的動詞：

越語中穿戴衣物的動詞大致與中文相對應，例如：mặc áo（穿衣服）、đội mũ（戴帽子）、đeo dây chuyền（戴項鍊）、đeo kính（戴眼鏡）。但是穿鞋子、襪子就不用 mặc，而是用 đi 或 mang，例如：đi / mang tất、đi / mang giày（穿鞋子／穿襪子）。

### 二、程度副詞「khá（相當）」、「hơi（有點）」、「thế（這麼）」的語法：

| Khá / hơi ＋形容詞 | 相當／有點…… |
| 形容詞＋ thế | 這麼…… |

例句

| Áo dài này khá đẹp. | 這長衫相當漂亮。 |
| Áo dài này hơi đẹp. | 這長衫有點漂亮。 |
| Áo dài này đẹp thế. | 這長衫這麼漂亮。 |

### 三、表達「因果關係」的語法：

| Vì / Do... cho nên... | 因為／由於……，所以…… |

例句

Vì em hơi mập cho nên không mặc áo màu trắng.
因為我有點胖，所以不穿白色衣服。

**四、表達「假設」的語法：**

Nếu... thì...　　　　　　如果……，就……

例句

Nếu anh mặc áo màu trắng này thì nên mặc quần đen.

如果你穿這白衣服，就應穿黑褲子。

MP3-065

實用成語俗語

**Áo gấm đi đêm.**

錦衣夜行。（喻富有但沒人知道）

**Áo bào gặp ngày hội.**

錦袍遇廟會。（喻恰逢其時）

一起來用越語吧！

1. 你戴這帽子很漂亮。

　→**Em _____ mũ này rất đẹp.**

2. 你穿藍色衣服很醜。

　→**Anh _____ áo xanh lam rất xấu.**

3. 如果下雨就應穿雨衣。

　→**Nếu trời mưa thì nên mặc _____ .**

4. 因為長衫很漂亮，所以我買。

　→**Vì _____ rất đẹp nên em mua.**

5. 你戴這眼鏡很可愛。

　→**Em _____ kính này rất dễ thương.**

# 6.4 **身體狀況**

## 實用字彙 MP3-066

### 越南語器官、身體狀況相關字彙

| | | | |
|---|---|---|---|
| **Tóc**<br>頭髮 | **Đầu**<br>頭 | **Lông mày**<br>眉毛 | **Mắt**<br>眼睛 |
| **Lông mi**<br>睫毛 | **Mũi**<br>鼻子 | **Mồm**<br>嘴巴 | **Tai**<br>耳朵 |
| **Răng**<br>牙齒 | **Cổ**<br>脖子 | **Lưỡi**<br>舌頭 | **Vai**<br>肩膀 |
| **Lưng**<br>背 | **Ngực**<br>胸 | **Vú**<br>乳房 | **Eo**<br>腰 |
| **Mông**<br>臀部 | **Hậu môn**<br>肛門 | **Cơ quan sinh dục**<br>生殖器官 | **Ngón tay**<br>手指 |
| **Bàn tay**<br>手掌 | **Đùi**<br>大腿 | **Đầu gối**<br>膝蓋 | **Chân**<br>腳 |
| **Bụng**<br>肚子 | **Họng**<br>喉嚨 | **Đau**<br>痛 | **Viêm**<br>發炎 |
| **Cảm**<br>感冒 | **Sốt**<br>發燒 | **Đi ngoài**<br>拉肚子 | **Sổ mũi**<br>流鼻涕 |
| **Chóng mặt**<br>頭暈 | **Ho**<br>咳嗽 | **Nôn / Ói**<br>（北／南越用語）<br>嘔吐 | **Ngứa**<br>癢 |

## 實用語法

### 一、「被動」的語法：

**Bị**　　　用在獲得的事物是負面的、壞的，一般病痛均加 bị。

　　　　　例如：Bị cảm（得了感冒）、Bị đánh（被打）。

**Được**　　用在獲得的事物是正面的、好的。例如：Được khen（被稱讚）。

### 二、「詢問身體狀況」的語法：

... (bị) làm sao?　　　　　　　……怎麼了？

DAY 6
第六天

> 例句

Bạn bị làm sao?　　　　　　你怎麼了？

### 三、表達「身體病痛」的語法：

　　越語表達身體病痛的語法為：「(bị) đau（痛）」在前，身體位置在後，恰好與中文相顛倒。例如：(bị) đau bụng（肚子痛）、(bị) đau đầu（頭痛）、(bị) đau họng（喉嚨痛）……等等。

### 四、「禁止」的語法：

　　越語中的各種禁止式命令語詞包括 cấm（禁止）、không được（不可）、đừng（別）、không nên（不應該）……等等，均放在動詞之前，例如：cấm hút thuốc（禁止吸煙）。

五、表達「已經……又……」的語法：

Đã... lại...                          已經……又……

例句

Tôi đã đau bụng lại đau đầu.          我已經頭痛，又肚子痛。

MP3-**067**

實用成語俗語

**Trông mặt mà bắt hình dong.**
以貌取人。

**Người khôn dồn ra mặt.**
聰慧外露。

**一起來用越語吧！**

1. 大腿

   → _____

2. 耳朵

   → _____

3. 嘴巴

   → _____

4. 手臂

   → _____

5. 臀部

   → _____

DAY 6
第六天

Đẹp quá.
好美。

# 學習越南語
# 休閒相關字彙、語法

　　「讀萬卷書不如行萬里路」。學習到今天，你已經跨越學習語言最難的第一步，並且有能力在越南進行簡單的溝通了。然而，語言內容包羅萬象，絕不可以僅此就滿足。而是應該繼續邁開步伐，深入實地去學習與理解，才能精益求精，更上一層樓。

　　越南是個好客的國家，境內也有許多世界級的旅遊景點。而隨著其國家現代建設的深入，各種現代休閒娛樂設施與國際級大飯店充斥，往來交通工具也日益完善，特別是與台灣之間每天均有 2 航次以上班機往來。所以，在這最後一天的課程，特別為你精選一些休閒旅行常用的詞彙與例句，幫助你在前往越南時，能更快地融入當地生活。

真武觀位於河內，又名龜聖祠，是越南歷代皇帝的皇家道觀，也是河內最大的道教宮觀。

# 7.1 機場住宿

## 實用字彙 MP3-068
### 越南語機場、住宿相關字彙

| | | | |
|---|---|---|---|
| Hải quan<br>海關 | Thị thực / Visa<br>簽證 | Miễn thị thực<br>免簽證 | Hộ chiếu<br>護照 |
| Kiểm dịch<br>檢疫 | Chứng minh thư<br>身分證 | Tờ khai<br>申報單 | Thủ tục<br>手續 |
| Xin thị thực<br>申請簽證 | Thẻ cư trú<br>居留證 | Cấp<br>核發 | Giấy chứng minh<br>證明文件 |
| Cửa hàng<br>miễn thuế<br>免稅商店 | Nhà vệ sinh<br>廁所 | Cấm hút thuốc<br>禁菸 | Quá cảnh<br>過境 |
| Chuyến bay<br>nội địa<br>國內線 | Chuyến bay<br>quốc tế<br>國際線 | Xuất cảnh<br>出境 | Nhập cảnh<br>入境 |
| Khách sạn<br>飯店 | Nhà nghỉ<br>旅館 | Quầy lễ tân<br>接待櫃台 | Lobby<br>大廳 |
| Cầu thang máy<br>電梯 | Trả phòng<br>退房 | Phòng đơn<br>單人房<br>Phòng đôi<br>雙人房 | Hành lý<br>行李 |

| Đầy đủ | Tiện nghi | Báo thức | Điều hòa |
|---|---|---|---|
| 齊全 | 設施 | 叫醒 | 空調／冷氣 |
| Bồn tắm | Cửa sổ | Chìa khóa | Nước nóng |
| 浴缸 | 窗戶 | 鑰匙 | 熱水 |

## 實用語法

### 一、問「還有沒有……？／還有……嗎？」的語法：

| có còn... không? | 還有沒有……？ |
|---|---|

例句

| Khách sạn có còn phòng không? | 飯店還有沒有房間？ |
|---|---|

### 二、「Bao giờ / khi nào」和「bao lâu」的分別：

| Bao giờ / khi nào...? | 何時……？ |
|---|---|
| ... bao lâu? | ……多久？ |

例句

| Bao giờ / khi nào anh tới sân bay? | 你何時到機場？ |
|---|---|
| Anh đi Việt Nam bao lâu? | 你要去越南多久？ |

### 三、表達「包含兩者以上」的語法：

Cả A, B... lẫn C, D. 　　　　　既含 A、B，又含 C、D。

例句二

Giá này gồm cả tiền ăn lẫn tiền ở.　這價錢包含食與宿的費用。

### 四、出入越南海關的常見用語：

| Xin anh xuất trình hộ chiếu và visa. | 請你出示護照與簽證。 |
|---|---|
| Anh có gì cần khai báo không? | 你有什麼要申報的嗎？ |
| Xin anh mở va-li để kiểm tra. | 請你打開行李檢查。 |
| Anh sẽ ở lại Việt Nam bao lâu? | 你會在越南停留多久？ |
| Anh ở khách sạn nào? | 你住哪間飯店？ |
| Tờ khai xuất-nhập cảnh ở đâu? | 出入境申報單在哪裡？ |
| Xin ghi rõ thời gian lưu trú tại Việt Nam. | 請填清楚在越南的停留時間。 |

MP3-**069**

**實用成語俗語**

**Nhà sạch thì mát, bát sạch ngon cơm.**
屋淨則涼，碗淨飯香。

## 一起來用越語吧！

1. 你護照號碼多少？

    →Số _____ của bạn là bao nhiêu?

2. 請問雙人房價錢一晚多少？

    →Xin hỏi _____ giá bao nhiêu một đêm?

3. 房間裡設施齊全嗎？

    →Trong phòng có _____ tiện nghi không?

4. 越南入境簽證申請手續如何辦？

    →Xin visa _____ Việt Nam như thế nào?

5. 我必須幾點前退房？

    →Tôi phải _____ trước mấy giờ?

# 7.2 交通逛街

## 實用字彙 MP3-068

### 越南語交通、逛街相關字彙

| | | | |
|---|---|---|---|
| Quán cà phê<br>咖啡館 | Hiệu sách<br>書局 | Ngân hàng<br>銀行 | Quán karaoke<br>卡拉 ok 廳 |
| Siêu thị<br>超市 | Cửa hàng<br>bách hóa<br>百貨公司 | Nhà hàng<br>餐廳 | Plaza<br>購物中心 |
| Bảo tàng<br>博物館 | Quán bar<br>酒吧 | Nhà ga<br>車站 | Sân bay<br>機場 |
| Trạm xe buýt<br>公車站 | Bệnh viện<br>醫院 | Đồn công an<br>派出所 | Nhà bạn<br>朋友家 |
| Xe đạp<br>腳踏車 | Taxi<br>計程車 | Xe máy<br>機車 | Xe buýt<br>公車 |
| Xe ôm<br>載客機車 | Xích lô<br>三輪車 | Máy bay<br>飛機 | Tàu hỏa<br>火車 |
| Tàu thủy<br>輪船 | Đi bộ<br>走路 | Ở đâu?<br>在哪裡？ | Xa<br>遠 |

| Gần<br>近 | Đi thẳng<br>直走 | Rẽ trái<br>左轉 | Rẽ phải<br>右轉 |
|---|---|---|---|
| Đối diện<br>對面 | Bên kia<br>那邊 | Bên này<br>這邊 | Ngã tư<br>十字路 |

## 實用語法

### 一、表達「搭乘交通工具」的語法：

Đi ＋交通工具名　　　　　搭……

Đi ＋地名＋ bằng ＋交通工具名　用……去……

例句

Tôi thích đi xe buýt.　　　　我喜歡搭公車。

Tôi đi siêu thị bằng xe đạp.　　我騎腳踏車去超市。

### 二、頻率副詞的語法：

Ít khi / đôi khi / thỉnh thoảng / thường / luôn luôn ＋動詞

很少／有時／偶爾／常常／總是（前三者可置於句首）

例句

Tôi ít khi đi bảo tàng.　　　　我很少去博物館。

## 三、表達「然後」的語法：

...sau đó...　　　　　　　　……然後……

例句

Anh đi thẳng sau đó rẽ trái.　　　你直走然後左轉。

## 四、「問路」的語法：

地名＋ ở đâu?　　　　　　……在哪裡？

Cách đây bao xa?　　　　　距這多遠？

Có xa / gần không?　　　　遠／近嗎？

Đi thế nào?　　　　　　　怎麼去？

例句

Xin lỗi, hiệu sách ở đâu? Đi thế nào?　對不起，書局在哪？怎麼去？

## 五、「到」、「去」的相關詞語：

Ra　　　　指出去到外面。例如：ra phố（外出到街上）；
　　　　　ra sân（外出去院子）。

Vào　　　進來到一個空間裡。例如：vào nhà（進房子）。

Lên　　　上去到一個地方。例如：lên tầng (lầu) 2（上到 2 樓）；
　　　　　lên xe（上車）。

Xuống　　下去到一個地方。例如：Xuống tầng (lầu) 2（下到 2 樓）；
　　　　　Xuống xe（下車）。

Về      回到一個地方。例如：về nhà（回家）；về nước（回國）。

Đến      來到一個地方。例如：đến đây（來這裡）；đi đến hiệu sách（去到書局）。

Sang      越過一個地方，特別指到不同國家。

例如：sang Việt Nam（去越南）。

MP3-**071**

┌─ **實用成語俗語** ─────────────────────

**Đi một ngày đàng, học một sàng khôn.**

經一事長一智。

## 一起來用越語吧！

1. 你喜歡去咖啡館或酒吧？

   →Anh thích đi _____ hay _____ .

2. 對不起，百貨公司怎麼去？

   →Xin lỗi, _____ đi thế nào?

3. 對不起，博物館離這近嗎？

   →Xin lỗi, _____ có gần đây không?

4. 你何時去書局？

   →Khi nào anh đi _____ ?

5. 星期天我常去超市。

   →Ngày chủ nhật tôi thường đi _____ .

# 7.3 休閒娛樂

## 實用字彙 MP3-072

**越南語休閒娛樂相關字彙**

| | | | |
|---|---|---|---|
| Chơi thể thao<br>做運動 | Xem thể thao<br>看運動 | Nghe nhạc<br>聽音樂 | Đọc sách<br>讀書 |
| Xem phim<br>看電影 | Hát karaoke<br>唱卡拉 ok | Xem tivi<br>看電視 | Mua sắm<br>購物 |
| Trượt tuyết<br>滑雪 | Lướt ván<br>滑板 | Bơi lội<br>游泳 | Bóng rổ<br>籃球 |
| Bóng đá<br>足球 | Bóng chày<br>棒球 | Tennit<br>網球 | Golf<br>高爾夫 |
| Bóng chuyền<br>排球 | Bóng bàn<br>桌球 | Cầu lông<br>羽球 | Bi da<br>撞球 |
| Đi du lịch<br>去旅遊 | Đánh cờ<br>下棋 | Tú lơ khơ<br>撲克牌 | Câu cá<br>釣魚 |

| | | | |
|---|---|---|---|
| **Leo núi**<br>爬山 | **Xem múa rối**<br>看木偶戲 | **Khiêu vũ**<br>跳舞 | **Giải vô địch**<br>爭冠賽 |
| **Vô địch**<br>冠軍／無敵 | **Thi đấu**<br>競賽 | **Giải nhất**<br>第一名 | **Huy chương Vàng**<br>金牌 |
| **Huy chương Bạc**<br>銀牌 | **Huy chương Đồng**<br>銅牌 | **Cầu thủ**<br>選手／球員 | **Đồng đội**<br>同隊 |

## 實用語法

### 一、表達「好惡程度」的詞語：

hận 恨 　　　　　ghét 厭惡 　　　　bình thường 普通／平常

thích 喜歡 　　　 yêu 愛 　　　　　si mê 著迷

　　一般而言，對於喜好越南人會用 thích（喜歡）、ghét（厭惡），而 yêu（愛）則用於對人的感情。

### 二、表達「ngoài ra còn（此外還……）」的語法：

A ＋ B..., ngoài ra còn ＋ C...　　　A ＋ B，此外還 C

Ngoài A ＋ B... ra, còn ＋ C...　　　除了 A ＋ B 外，還 C

例句

Tôi thích bóng đá và bóng bàn, ngoài ra còn thích cầu lông.
我喜歡足球和桌球，此外還喜歡羽球。

Ngoài bóng đá và bóng bàn ra, tôi còn thích cầu lông.
除了足球和桌球外，我還喜歡羽球。

### 三、表達「vừa... vừa...（既……又）」的語法：

Vừa (là) ＋ A vừa (là) ＋ B　　　既（是）A 又（是）B

例句

Anh ấy vừa là cầu thủ bóng đá vừa là tuyển thủ bóng bàn.
他既是足球選手又是桌球選手。

## 四、表達「問人有沒有什麼經驗」的語法：

問句：đã... bao giờ / lần nào chưa?　　　曾 ...... 嗎？

回答：đã từng　　　　　　　　　　　　已曾

　　　chưa từng　　　　　　　　　　　未曾

**例句**

| | |
|---|---|
| Anh đã chơi bóng đá bao giờ chưa? | 你曾玩過足球嗎？ |
| Tôi đã từng chơi bóng đá rồi. | 我已曾玩過足球。 |
| Anh đã chơi bóng đá lần nào chưa? | 你曾玩過足球嗎？ |
| Tôi chưa từng chơi bóng đá. | 我未曾玩過足球。 |

MP3-**073**

**實用成語俗語**

### Ăn thì vùa, thua thì chạy.

贏就拿，輸就跑。

## 一起來用越語吧！

1. 除了去旅遊，我還喜歡看書。

   Ngoài _____ ra, tôi còn thích _____.

2. 除了籃球，我還喜歡網球。

   Ngoài _____ ra, tôi còn thích _____.

3. 你曾玩過羽毛球嗎？

   Em đã chơi _____ bao giờ chưa?

4. 我既喜歡下棋又喜歡釣魚

   Tôi vừa thích _____ vừa thích _____.

5. 他已經獲得金牌。

   Anh ấy đã giành được _____.

## 7.4 旅遊景點 MP3-074

　　辛苦了一個星期，相信你已經能開口說越語了。現在你的越語程度應該足夠到越南走走看看，並能與一般越南人做溝通了。最後，為你介紹越南首都河內、第一大城胡志明市的主要景點，以及越南各地最出名的旅遊勝地，希望你能抽空到越南參觀。

### Hà nội 河內市景點相關字彙

| | | | |
|---|---|---|---|
| 36 phố cổ<br>36 古街 | Hồ Hoàn Kiếm<br>還劍湖 | Múa rối nước<br>水上木偶 | Chợ Đồng Xuân<br>銅春市場 |
| Sông Hồng<br>紅河 | Hồ Tây<br>西湖 | Lăng Bác<br>胡志明陵寢 | Quảng trường<br>Ba Đình<br>巴廷廣場 |
| Chùa Một cột<br>獨柱寺 | Bảo tàng<br>Hồ Chí Minh<br>胡志明博物館 | Bảo tàng Lịch sử<br>歷史博物館 | Bảo tàng<br>Quân đội<br>軍隊博物館 |
| Bảo tàng<br>Mỹ thuật<br>美術博物館 | Nhà hát lớn<br>大歌劇院 | Văn Miếu<br>文廟 | Sân bay Nội Bài<br>內排機場 |

DAY 7
第七天

## Thành phố Hồ Chí Minh 胡志明市景點相關字彙

| | | | |
|---|---|---|---|
| Hội trường Thống Nhất<br>統一會場 | Nhà thờ Đức Bà<br>聖母教堂 | Chợ Bến Thành<br>濱城市場 | Nhà hát lớn thành phố<br>歌劇院 |
| Địa đạo Củ Chi<br>古芝地道 | Công viên Văn hóa<br>文化公園 | Công viên Đầm Sen<br>蓮潭公園 | Chợ Lớn<br>堤岸 |
| Sông Sài gòn<br>西貢河 | Đường Đồng Khởi<br>同起路 | Sân bay Tân Sơn Nhất<br>新山一機場 | Khu Phú Mỹ Hưng<br>富美興區 |

## Thắng cảnh du lịch khác 其它旅遊景點相關字彙

| | | | |
|---|---|---|---|
| Sa Pa<br>沙壩 | Vịnh Hạ Long<br>下龍灣 | Ninh Bình<br>寧平／陸龍灣 | Phong Nha Kẻ Bàng<br>風雅洞 |
| Huế<br>順化 | Nha Trang<br>芽莊 | Đà Nẵng<br>峴港 | Hội An<br>會安 |
| Đà Lạt<br>大樂 | Vũng Tàu<br>頭頓 | Đồng bằng sông Cửu Long<br>九龍江平原 | Phú Quốc<br>富國島 |

# 一起來用越語吧！
# 解答篇

# 第四天
# 學習越南語人際關係相關字彙、語法

## 4.1 家庭成員

1. chị tôi（我姊姊）
2. mẹ tôi（我媽媽）
3. ông bạn（你爺爺）
4. dì tôi（我阿姨）
5. bố tôi（我爸爸）

## 4.2 招呼問候

1. khỏe（好／健康）
   bình thường（還好／普通）
2. ăn cơm（吃飯）
   chưa ăn（還沒吃）
3. bạn gái（女朋友）
   rồi（了）
4. không（有……沒有？）
   ốm / bệnh（生病）
5. Xin lỗi（對不起）
   Không sao（沒關係）

## 4.3 國籍地名

1. Mỹ（美國）
2. Đài Loan（台灣）
3. Nhật Bản（日本）
4. Hàn Quốc（韓國）
5. Việt Nam（越南）

## 4.4 行業職稱

1. bác sỹ（醫生）
2. cảnh sát（警察）
3. giáo viên（老師）
4. ca sỹ（歌手）
5. luật sư（律師）

# 第五天
## 學習越南語數字相關字彙、語法

### 5.1 數字計算

1. hai mươi ba（23）
2. mười ba（13）
3. mười bốn（14）
4. tám mươi（80）
5. mười một（11）

### 5.3 年齡節日

1. trâu（牛）
2. mùa thu（秋季）
3. trung thu（中秋）
4. năm mới（新年）
5. hè（夏季）

### 5.2 時間日期

1. hai mươi ba（23）
   bảy（7）
2. mười hai giờ hai mươi nhăm
   （12 點 25 分）
3. ngày bao nhiêu（多少）
4. hai mươi bảy（27）
5. Tháng mười（10 月）

### 5.4 錢幣買賣

1. đổi Đài tệ（台幣）
   đồng Việt Nam（越盾）
2. Bưu điện（郵局）
3. đắt (mắc)（貴）
4. mua（買）
5. ngân hàng（銀行）

# 第六天
# 學習越南語日常相關字彙、語法

## 6.1 天氣變化

1. lạnh（冷）
2. bão（颱風）
3. nóng nhất（最熱）
4. Mặc dù（儘管）
   nhưng（但是）
5. lạnh nhất（最冷）

## 6.2 餐飲料理

1. phở bò（牛肉河粉）
2. ngon quá（好吃極了）
3. bia（啤酒）
4. miến lươn（鱔魚冬粉）
5. cơm（飯）

## 6.3 衣服顏色

1. đội（戴）
2. mặc（穿）
3. áo mưa（雨衣）
4. áo dài（長衫）
5. đeo / mang（戴）

## 6.4 身體狀況

1. Đùi（大腿）
2. Tai（耳朵）
3. Miệng (mồm)（嘴巴）
4. Bắp tay（手臂）
5. Mông（臀部）

# 第七天
## 學習越南語休閒相關字彙、語法

### 7.1 機場住宿

1. hộ chiếu（護照）
2. phòng đôi（雙人房）
3. đầy đủ（齊全）
4. nhập cảnh（入境）
5. trả phòng（退房）

### 7.2 交通逛街

1. tiệm cà phê（咖啡館）
   quán bar（酒吧）
2. cửa hàng bách hóa
   （百貨公司）
3. bảo tàng（博物館）
4. hiệu sách（書局）
5. siêu thị（超市）

### 7.3 休閒娛樂

1. đi du lịch（去旅遊）
   đọc sách（看書）
2. bóng rổ（籃球）
   tennit（網球）
3. cầu lông（羽毛球）
4. đánh cờ（下棋）
   câu cá（釣魚）
5. huy chương vàng（金牌）

附錄

國家圖書館出版品預行編目資料

信不信由你 一週開口説越南語 / 阮蓮香、吳志偉合著
-- 初版-- 臺北市 : 瑞蘭國際, 2016.02
192面 ; 17×23公分 --（繽紛外語系列 ; 52）
ISBN : 978-986-5639-49-5（平裝附光碟片）

1.越南語 2.讀本

803.798                              104025254

繽紛外語系列 52

# 信不信由你
# 一週開口説越南語

作者｜阮蓮香、吳志偉
責任編輯｜紀珊、王愿琦
校對｜阮蓮香、吳志偉、紀珊、王愿琦

越南語錄音｜阮蓮香・中文錄音｜紀珊・錄音室｜采漾錄音製作有限公司
美術設計｜劉麗雪

董事長｜張暖彗・社長兼總編輯｜王愿琦・主編｜葉仲芸
編輯｜潘治婷・編輯｜紀珊・編輯｜林家如・編輯｜何映萱・設計部主任｜余佳憓
業務部副理｜楊米琪・業務部組長｜林湲洵・業務部專員｜張毓庭

法律顧問｜海灣國際法律事務所　呂錦峯律師

出版社｜瑞蘭國際有限公司・地址｜台北市大安區安和路一段 104 號 7 樓之 1
電話｜ (02)2700-4625・傳真｜ (02)2700-4622・訂購專線｜ (02)2700-4625
劃撥帳號｜ 19914152 瑞蘭國際有限公司・瑞蘭網路書城｜ www.genki-japan.com.tw

總經銷｜聯合發行股份有限公司・電話｜ (02)2917-8022、2917-8042
傳真｜ (02)2915-6275、2915-7212・印刷｜宗祐印刷有限公司
出版日期｜ 2016 年 02 月初版 1 刷・定價｜ 320 元・ISBN｜ 978-986-5639-49-5
　　　　　 2016 年 10 月初版 2 刷